அந்தேரி மேம்பாலத்தில் ஒரு சந்திப்பு
சுதா குப்தாவின் துப்பறியும் அனுபவங்கள்

அந்தேரி மேம்பாலத்தில் ஒரு சந்திப்பு

சுதா குப்தாவின் துப்பறியும் அனுபவங்கள்

அம்பை (பி. 1944)

இயற்பெயர் டாக்டர் சி.எஸ். லக்ஷ்மி. வரலாற்றாசிரியர்; புது தில்லி ஜவஹர்லால் நேரு பல்கலைக்கழகத்தில் முனைவர் பட்டம் பெற்றவர். நாற்பது ஆண்டுகளாகப் பெண்கள் வரலாறு, வாழ்க்கை பற்றிய ஆய்வில் ஈடுபட்டிருப்பவர். பெண் எழுத்தாளர்கள், பெண் இசைக் கலைஞர்கள், பெண் நடனக் கலைஞர்கள் குறித்து இவர் மேற்கொண்ட ஆய்வுகள் *The Face Behind the Mask, The Singer and the Song, Mirrors and Gestures* என்னும் புத்தகங்களாக வெளிவந்துள்ளன.

சிறுகதைத் தொகுதிகள் 'சிறகுகள் முறியும்' (1976), 'வீட்டின் மூலையில் ஒரு சமையலறை' (1988), 'காட்டில் ஒரு மான்' (2000), 'வற்றும் ஏரியின் மீன்கள்' (2007), 'ஒரு கறுப்புச் சிலந்தியுடன் ஓர் இரவு' (2013), 'அந்தேரி மேம்பாலத்தில் ஒரு சந்திப்பு' (2014) 'சிவப்புக் கழுத்துடன் ஒரு பச்சைப் பறவை' (2019), 'ஸாரஸ் பறவை ஒன்றின் மரணம்' (2019). இவரின் கதைகள் ஆங்கிலத்தில் *A Purple Sea, In a Forest, A Deer, Fish in a Dwindling Lake, A Night With a Black Spider, A Meeting On the Andheri Over Bridge* என ஐந்து தொகுதிகளாக மொழிபெயர்க்கப்பட்டிருக்கின்றன.

ஆங்கிலத்தில் மொழிபெயர்க்கப்பட்ட இரோம் ஷர்மிலாவின் *Fragrance of Peace* கவிதைத் தொகுப்பைத் தமிழில் 'அமைதியின் நறுமணம்' (2010) என்ற தலைப்பில் மொழிபெயர்த்திருக்கிறார். விளக்கு அமைப்பின் புதுமைப்பித்தன் விருது (2005), டொரான்டோ பல்கலைக்கழக தமிழ் இலக்கியத் தோட்டத்தின் வாழ்நாள் இலக்கிய விருது (2008), தமிழக அரசின் கலைஞர் மு. கருணாநிதி பொற்கிழி (2011), சென்னைப் பல்கலைக்கழகத்தின் இலக்கியத்தில் உன்னதத்திற்கான விருது (2011), 'சிவப்புக் கழுத்துடன் ஒரு பச்சைப் பறவை' நூலுக்காக சாகித்திய அகாதெமி விருது (2021) முதலானவற்றைப் பெற்றிருக்கிறார். SPARROW (Sound & Picture Archives for Research on Women) என்னும் பெண்கள் ஆவணக் காப்பகத்தை மும்பையில் 1988இல் நிறுவி அதன் இயக்குநராகச் செயல்பட்டுவருகிறார்.

அம்பை

அந்தேரி மேம்பாலத்தில் ஒரு சந்திப்பு
சுதா குப்தாவின் துப்பறியும் அனுபவங்கள்

காலச்சுவடு பதிப்பகம்

● **அன்பார்ந்த வாசகருக்கு,**

வணக்கம்.

காலச்சுவடு நூலை வாங்கியமைக்கு நன்றி.

நூலின் உள்ளடக்கம், உருவாக்கம், அட்டைப்படம் இன்ன பிற அம்சங்கள் பற்றிய உங்கள் கருத்துகளையும் ஆலோசனைகளையும் காலச்சுவடு வரவேற்கிறது. தகவல், எழுத்து, வாக்கியப் பிழைகள் தென்பட்டால் அவசியம் தெரிவித்து உதவுங்கள். நூல் தயாரிப்பில் கடும் குறைபாடு இருப்பின் மாற்றுப் பிரதி உங்களுக்குக் கிடைக்கக் காலச்சுவடு ஏற்பாடு செய்யும்.

மின்னஞ்சல்: publisher@kalachuvadu.com

காலச்சுவடு நாகர்கோவில் அலுவலகத்திற்குக் கடிதம் அனுப்பலாம்.

தங்கள்
எஸ்.ஆர். சுந்தரம் (கண்ணன்)
பதிப்பாளர் — நிர்வாக இயக்குநர்

அந்தேரி மேம்பாலத்தில் ஒரு சந்திப்பு (சுதா குப்தாவின் துப்பறியும் அனுபவங்கள்) ◆ நீள்கதைகள் ◆ ஆசிரியர்: அம்பை ◆ © சி.எஸ். லக்ஷ்மி ◆ முதல் பதிப்பு: நவம்பர் 2014 ◆ திருத்தப்பட்ட நான்காம் (குறும்) பதிப்பு: ஜூலை 2021, ஒன்பதாம் பதிப்பு: ஏப்ரல் 2025 ◆ வெளியீடு: காலச்சுவடு பப்ளிகேஷன்ஸ் (பி) லிட்., 669, கே.பி. சாலை, நாகர்கோவில் 629001

Andheri Membalathil Oru Santhippu (Sudha Guptavin Thuppariyum Anubavangal) ◆ Long Stories ◆ Author: Ambai ◆ © C.S. Lakshmi ◆ Language: Tamil ◆ First Edition: November 2014 ◆ Revised Fourth (Short) Edition: July 2021, Ninth Edition: April 2025 ◆ Size: Demy 1 x 8 ◆ Paper: 18.6 kg maplitho ◆ Pages: 120

Published by Kalachuvadu Publications Pvt. Ltd., 669, K.P. Road, Nagercoil 629001, India ◆ Phone: 91-4652-278525 ◆ e-mail: publications@kalachuvadu.com ◆ Printed at Adyar Students xerox Pvt. Ltd., No. 275 Habibullah Road, Triplicane high Road, Opp Triplicane Post Office, Triplicane, Chennai 600005

ISBN: 978-93-82033-59-2

04/2025/S.No.593, kcp 5674, 18.6 (9) uss

உள்ளடக்கம்

மைமல் பொழுது 9
காகிதக் கப்பல் செய்பவன் 64
அந்தேரி மேம்பாலத்தில் ஒரு சந்திப்பு 90

மைமல் பொழுது

[சிரித்தபடி தொடங்கியது விளையாட்டு. சிறு பிளாஸ்டிக் வாளி, மண்வெட்டி எல்லாம் வெளியே வந்தன பைகளிலிருந்து. மூன்று பேரும் 'பாரா மஹினேமே பாரா தரீகேஸே துஜ்கோ ப்யார் ஐதாவூங்கா ரே டிங்கு சிக்கா டிங்கு சிக்கா' என்று பாடியபடி மணலில் குழி பறிக்க ஆரம்பித்தனர். பதுங்கு குழி போல் ஆழமாகவும் நீளமாகவும். பிறகு அதில் வேகமாகக் கடலலை ஓடி வந்து தண்ணீர் நிரம்பும்போது இறங்கிக் குதித்து விளையாடலாம் என்று திட்டம். பரபரவென்று மூவரும் வேலை செய்தனர். ஒருவர் மேல் ஒருவர் மணலை வாரி இறைத்தபடி. பாய்ந்து முதுகில் அடித்தபடி. பின்னலை இழுத்தபடி. ஒவ்வொரு டிங்கு சிக்காவின் போதும் இடுப்பை வளைத்து வளைத்து ஆட்டம். அருகில் யாரும் இல்லை. வெகு தூரத்தே வெகு சிலர். இளநீர் விற்கும் மலையாளத்தான் பாறைகளின் அந்தப் பக்கம் புள்ளியாய்த் தெரிந்தான்.]

தென்னங்கீற்றுகளின் ஊடே புகுந்து கடல் விளிம்பைத் தொடத் தொடங்கியிருந்தது ஆரஞ்சு வண்ணச் சூரியன். அந்த நாளில் என்ன நடந்து முடிந்தது என்று மனத்துக்குள் ஓட்டிப் பார்க்கும் நேரம்.

ஸ்டெல்லா கணினியில் ஏற்ற வேண்டியதைச் செய்துவிட்டு அதைப் பிரதி எடுத்துக் கோப்பில் வைத்து விட்டுப் போய்விட்டாள். மின்சாரக் கெட்டிலைப் போட்டுவிட்டு, அவளுக்குப் பிடித்த

லவங்கப்பட்டை தேநீர்ப் பைகளை தயாராகப் பக்கத்தில் வைத்திருந்தாள். கெட்டிலின் சிவப்பு விளக்கு அணைந்து அமுக்கியிருந்த பொத்தான் டப்பென்று வெளிப்பட்டது. கோப்பையில் தேநீர்ப்பையை வைத்து, கொதிக்கும் நீரை ஊற்றினாள் கெட்டிலிலிருந்து. லவங்கப் பட்டையின் மணம் மேலெழும்பி வந்தது.

அடிவானத்தில் ஒரு சிவப்புப் பிரி. தூரத்தே நிழலுருவமாய் மத் தீவு.

கோப்புகளைப் பிரித்துப் படிக்க ஆரம்பித்தாள் தேநீரை உறிஞ்சியபடி. இரவு கவியக் கவிய வெளியே நட்சத்திரங்கள் ஒளிர ஆரம்பித்தன.

கைபேசி 'ஓரே மனுவா தூத்தோ பாவுராரே . . .' என்றது.

கோவிந்த் ஷெல்கே.

"ஹலோ கோவிந்த். காய் ட்ஸால?" என்றாள்.

"நமஷ்கார் தீதி" என்று பதில் வந்தது.

"ஸாங்கா" என்றாள்.

"தீதி, மந்திரி வரப் போறாரு. ரொம்ப வேலை. ஓர் இளம் தம்பதி வந்தாங்க. கணவன் மயங்கியே போயிட்டான். அந்தேரி பிரம்மகுமாரி ஆஸ்பத்திரியில சேர்த்திருக்கோம். வியாபார உலகில வேகமா உயர்ந்து வர புள்ளியாம். மனைவி கையில நாலு வயசுப் பையன். குடும்பமா மத் தீவு வந்தாங்களாம். வார இறுதி உல்லாசப் பயணத் திட்ட சலுகை தரும் அந்த ஹோட்டல்ல தங்கியிருக்காங்க . . ."

"இதுவரை நீங்க சொன்னதில கணவன் மயங்கினது தவிர வேறு எந்தச் சிக்கலும் இல்லையே?"

"கேளுங்க தீதி. மூணு பெண்கள் இவங்களுக்கு. பதினாலு, பனிரெண்டு, பத்து வயசுல. காணாமல் போயிட்டாங்க."

"மூணு பெண்களுமா?"

"ஆமாம்."

"எப்போ?"

"இன்னிக்கு சாயங்காலம்."

"கோவிந்த், நான் என்ன செய்ய முடியும் உங்க போலீஸ் துப்பறியும் இலாகா வேலையில?"

“இல்லை தீதி. வேலை எதுவும் இல்லை. இந்தம்மா குழந்தையோட இருக்காங்க. கணவன் ஆஸ்பத்திரியில. தானேயிலாம் வீடு. வீட்டுக்குப் போக மாட்டேன்னு ஒரே அழுகை.”

“வைடபிள்யூஸிஏ அப்படி எங்கேயாவது தங்க வைக்கலாமே? திடீர்னு வீட்டை விட்டு வெளியேற வேண்டிய பெண்கள் ரெண்டொரு நாள் தங்க வேற ஓர் இடம் கூட உண்டே? அந்த ஹாட் லைன் நம்பர் என் கிட்ட இருக்கு.”

“இல்லை தீதி. இவங்க மனநிலை சரியில்ல. கொஞ்சம் சிக்கலான நிலைமை. உங்கள் வீட்டுல இன்னிக்கு இரவு தங்கினா உங்களுக்குத் தொந்தரவா இருக்குமா? நீங்க பிஸியா?”

“இல்லை இல்லை. வழக்கமான, கணவன் மனைவியைச் சந்தேகிச்சு அவளைக் கண்காணிப்பு செய்யும் வேலைதான். மனைவி வெறும் ஷாப்பிங் பைத்தியம்தான். இன்னிக்கு மத்தியானம் ஷாப்பர்ஸ் ஸ்டாப்ல பிளாஸ்டிக் ஸ்பூன்ல இருந்து ஷூ போட உதவற உலோகக் கொம்பு வரை எது மலிவு விலையில கிடைச்சாலும் வாங்கினாள். குதிரையேற்றத்துக்கான உடை ஒரு பத்து வாங்கினாள். அவள் அளவு இல்லை அது. கடைசியா நாலு தள்ளு வண்டி நிறைய சாமான்களோட பில் கட்ட வந்த போது அந்த ஏ.ஸி கடையில கூட வேர்வை ஒழுகிச்சு அவளுக்கு. நல்ல பருமன். பில் அறுபதாயிரம்!”

“இப்படிப்பட்ட வேலை எனக்கு வரக் கூடாதா தீதீ?”

“கிண்டலா?”

“இல்லை தீதி. வேலை நெருக்கடி. இந்தம்மா வரலாமா சொல்லுங்க. எனக்காக இந்தச் சின்ன உதவி . . .”

“சரி கோவிந்த். அனுப்புங்க.”

“ரக்ஷா பந்தன் அன்னிக்கு ரெண்டு தடவை காலுல விழுந்துடறேன் தீதி.”

“காலுல விழுந்தா மட்டும் போறாது கோவிந்த். அக்காவுக்கு ராக்கிக்கான சீரும் வேணும்.”

“அது இல்லாமலா தீதி? தீதி, ராகவ் ஸாவந்தோட அந்தப் பெண்ணை அனுப்பறேன்.”

“சரி கோவிந்த்” என்றபடி கைபேசியை அழுத்தினாள். படித்துக்கொண்டிருந்த கோப்பை மூடினாள். மறு நாள் அந்த நகை வியாபாரிக்கு அனுப்ப வேண்டும். மனைவி காதலனுக்குப்

பணம் தருகிறாள் என்று அவருக்குச் சந்தேகம். வீட்டில் பொருட்கள் குமிவது அவருக்குத் தெரியவில்லை போலும். இருவருக்கும் தேவை ஒரு நல்ல மன நல ஆலோசகர். பத்து குதிரையேற்ற உடைகள்! என்னதான் செய்வாள் அவற்றை? அடுத்து குதிரை வாங்குவாளாக இருக்கும்! சந்தேக வழக்குகள், திருமணம் செய்துகொள்ளப் போகும் பெண் அல்லது ஆண் பற்றிய விசாரிப்பு, வியாபாரக் கூட்டாளி பற்றி ஒப்பந்தம் செய்யும் முன் ஒரு மதிப்புரை என்று வழக்கமாக அவளிடம் வரும் வழக்குகளுக்கு இடையே எப்போதாவது அவருடைய போலீஸ் ஸ்டேஷனில் வேலை அதிகம் இருக்கும்போது கோவிந்த் ஏதாவது சுவாரசியமான வேலை தருவார். அலுவலக ரீதியில் தர முடியாது. தனிப்பட்ட முறையில் தந்து அதற்கான பணத்தையும் எப்படியாவது ஏற்பாடு செய்துவிடுவார்.

இந்தத் துறையில் இருக்கும் ஒரே பெண் அவள். தற்செயலாகத்தான் ஆரம்பித்தது துப்பறியும் வேலை. பிறகு தொழிலாகப் போயிற்று.

அவளும் புஷ்பாவும் ரூயா கல்லூரியில் இணை பிரியா தோழிகள். நடுத்தர குடும்பப் பெண்தான் இவளைப் போல அவளும். தாதரில் பல ஆண்டுகளாக வசிக்கும் மகாராஷ்டிரக் குடும்பம் புஷ்பாவுடையது. இவளுடையது மாடுங்காவின் தமிழ்க் குடும்பம். பணக்கார உறவினர்கள் உண்டு புஷ்பாவுக்கு. வெளிநாட்டு ஜீன்ஸ், கைப்பை என்று அன்பளிப்புகள் வரும். இவளுக்கும் தருவாள். நல்ல மாணவி. ஆசிரியர்களிடம் நல்ல பெயர். மதியத்து வகுப்புகளுக்கு மட்டும் தவறாமல் கட் அடிப்பாள். "அம்மாவுக்கு உடம்பு சரியில்லை. அவளோட இருக்கணும்" என்று போய்விடுவாள். அவள் அம்மா ஒரு நிரந்தர நோயாளி. படுத்தபடுக்கை என்றில்லாவிட்டாலும் உடம்பின் ஒவ்வொரு அவயவமும் மக்கர் செய்யும் உடம்பு. பதினோரு மற்றும் ஆறு வயதில் இரு தங்கைகள். புஷ்பாதான் சமாளித்தாள் அத்தனையையும்.

அந்தப் பிறந்தநாள் ஒரு முக்கியமான நாள். அன்றும் மதியம் தான் கட் அடிக்கப் போவதாகப் புஷ்பா கூறியது இவளுக்குத் தாங்கவில்லை.

"இன்னிக்கு உன் பிறந்த நாள்" என்றாள் முகத்தைத் தூக்கியபடி.

"ஆமாம். அதனாலதான் நான் வீட்டுல இருக்கணும்" என்றாள் புஷ்பா.

“அப்ப நானும் வரேன்” என்றவுடன் மிகவும் ஆக்ரோஷத்தோடு மறுத்தாள். “நாங்க இருப்பது ஒரு ரூம் ‘சால்’. உனக்கு அங்கல்லாம் வரப் பிடிக்காது. பொது டாய்லெட்” என்றாள் உரத்த குரலில்.

கன்னத்தில் அறைந்தது அவள் குரல். புஷ்பா அவளைத் தூர விலக்குவது போல் பட்டது. வெடுக்கென்று திரும்பி நடக்க ஆரம்பித்தாள் ‘சுதா, சுதா’ என்று புஷ்பா அழைப்பதைக் கேட்காதவள் போல்.

அன்று மதியம் புஷ்பாவின் மறுப்பை மீறி அவள் வீட்டுக்குப் போனாள். ப்ளாஸா தியேட்டரின் பிறகு வரும் பாலத்திலிருந்து படிகள் வழியாக இறங்கியதும் மார்க்கெட் நெரிசலில் எதிர்ப்புறத்தில் இருந்த கட்டிடம். மூலையில் இருந்த கடையில் இனிப்பு வாங்கினாள். குழந்தைகளுக்குப் பக்கத்துக் கடையில் வண்ணப் பென்சில்களும், வண்ணம் நிரப்பும் புத்தகங்களும்.

மரப்படிகளில் ஏறி, குறுகிய தாழ்வாரம் வழியாக, காற்றுக்காகத் திறந்து கிடந்த அறைகளைத் தாண்டிப் போனாள். புஷ்பாவின் வீட்டின் ஒரே அறையும் திறந்து கிடந்தது. உள்ளே அவள் அம்மா ஒரு சாய்வு நாற்காலியில் அமர்ந்தபடி அரிசியில் கல் பொறுக்கிக்கொண்டிருந்தாள். இவளைப் பார்த்ததும், அரிசித் தட்டைக் கீழே வைத்துவிட்டு எழுந்தாள். “கோண்?” என்றபடி.

“நான் சுதா. புஷ்பாவின் தோழி. அவள் எங்கே?”

“அவளா? அவள் காலேஜ்ல இருப்பா. இப்ப எப்படி வீட்டுல இருக்க முடியும்?” என்றாள் சற்றே வியப்புடன்.

கையிலிருந்தவற்றை அங்கிருந்த நாற்காலியில் வைத்துவிட்டு, “நான் இந்தப் பக்கம் வந்தேன். அதனால வந்தேன்” என்றுவிட்டு கையைக் கூப்பினாள்.

வெளியே வந்து விடுவிடுவென்று வெயிலில் மாடுங்கா நோக்கி நடக்க ஆரம்பித்தாள்.

மறுநாள் புஷ்பா இவளிடம், ”நீ போன அடுத்த நிமிஷம் நான் வந்துட்டேன். இனிப்பு எல்லாம் எதுக்கு?” என்றாள்.

இவள் பதில் கூறவில்லை.

“கோபமா?” என்றாள் சமாதானம் செய்யும் தொனியில். “நான் சொந்தக்காரங்க வீட்டுக்குப் போயிட்டு வீட்டுக்குப் போனேன்” என்றாள்.

இவள் கையை எடுத்துத் தன் கையில் வைத்துக்கொண்டாள் புஷ்பா.

ஒரு ஜோடி மெல்லிய தங்க வளையல்கள் கையில்.

காலை வகுப்புகள் வழக்கம்போல் நடந்து முடிந்தன. மதியம் புஷ்பா இவள் தோளைத் தொட்டு விடை பெறும் பாணியில் தலையசைத்தாள். இவளும் சரியென்று தலையசைத்தாள்.

புஷ்பா வாயிலை எட்டியதும் மெல்ல எழுந்து அவளைப் பின்தொடர்ந்தாள்.

அவள் ஏறிய பேருந்தில் இவளும் ஏறி, கூட்டத்தில் மறைந்துகொண்டாள். பைகல்லாவில் அவள் இறங்கியதும் இவளும் இறங்கிப் பின்தொடர்ந்தாள். சம்யுக்தா என்ற கட்டிடத்தில் அவள் நுழைந்ததும் அவள் பின்னால் இவளும் அந்தக் கட்டிடத்தின் பக்கம் போய் வாட்ச்மேனிடம், "இப்ப போனாங்களே அவங்க எந்த வீட்டுக்குப் போனாங்க?" என்று கேட்டாள்.

"யாரு?"

"நீல ஸல்வார் கமீஸ்ல."

"அதுவா? ஸி 42க்குத்தான். தினம் அங்கதானே அந்தப் பெண் வருகிறது?" என்றான்.

"யார் வீடு அது?"

"மெஹ்ரா மேடம் வீடு அது. உனக்கும் சினிமால சேர ஆசையா?"

"சினிமாலயா?"

"ஆமாம். ஏஜன்ட் அவங்க."

"ஏஜன்ட்டா?"

"ஆமாம்" என்றுவிட்டுக் கண் சிமிட்டியபடி, "எல்லாத்துக்கும்" என்றான்.

ஒரு பெரிய பென்ஸ் கார் கட்டிடத்துக்குள் நுழைந்தது. ஸலாம் வைத்தபடி விரைந்து காரை நிறுத்த உதவிவிட்டு, "போம்மா வேணும்னா. முதல் வாடிக்கை வந்தாச்சு" என்றான்.

ஜில்லென்றது அடிவயிற்றில். திரும்பி நடந்தாள்.

மறுநாள் புஷ்பா வழக்கமான கலகலப்புடன் அன்று தாதர் சதுக்கத்தில் பேல் பூரி, பானி பூரி சாப்பிடலாம் என்று திட்டம்

போட்டதும், "புஷ்பா, சம்யுக்தா பில்டிங்ல உன் சொந்தக்காரங்க இருக்காங்களா?" என்றாள் பட்டென்று.

புஷ்பா உறைந்துபோனாள்.

"பின்னால் வந்து வேவு பார்த்தியா?" என்றாள் கோபமாக.

இவள் கண்கள் நிறைந்தன. மரத்தடியில் நின்றுகொண்டிருந்தனர் இருவரும். கீழே அமர்ந்தாள் புஷ்பா. நின்றுகொண்டிருந்த இவளைப் பார்த்து, "உட்காரு" என்றாள் அதட்டும் தொனியில். இவள் அமர்ந்ததும், இவள் கண்களைத் துடைத்து, "நீ ஏன் அங்கெல்லாம் வரணும்?" என்றாள்.

"நீ மட்டும் போலாமா? சினிமாவுல நடிக்க உனக்கு ஆசையா?" என்றாள்.

மிகவும் உலர்ந்த குரலில் பேசினாள் புஷ்பா. "சுதா, என் வீட்டைப் பார்த்தே இல்லியா? என்ன இருக்கு அங்க? வெட்டிப் பேச்சு பேசியே வாழ்க்கையை ஓட்டும் பாபா. வியாதிக்கார ஆயி. பூ மாதிரி ரெண்டு தங்கைகள் எனக்கு. நாங்க எல்லாரும் படிக்கணும். நான் பத்தாவது படிக்கற போதுதான் மெஹ்ரா மேடத்தச் சந்திச்சேன்."

மெல்லிய குரலில், "அது விபசாரமா?" என்றாள் இவள்.

"அது மாதிரிதான். நிர்வாணமா போட்டோ எடுப்பாங்க காலண்டர்ல போட. முகம் தெரியாது. சில பேர் அதுக்கு மேலயும் போவாங்க. பார்ட்டில துணைக்குப் போறது, வாடிக்கைக்காரர் வீட்டுக்குப் போறது. நான் அதெல்லாம் செய்யறது இல்ல. மெஹ்ரா மேடமும் வற்புறுத்த மாட்டாங்க."

மௌனமாக இருந்த இவளைப் பார்த்து, "இனிமே நீ என் கிட்ட பேச மாட்டாய், இல்லியா?" என்றாள்.

புஷ்பாவின் தோளை அணைத்தபடி, "நீ எப்பவும் என் தோழிதான்" என்றவுடன் புஷ்பா கண்கள் மலரச் சிரித்தாள்.

பெரிய விஞ்ஞானி இப்போது புஷ்பா. ரூயா கல்லூரியின் இரு மாணவிகளுக்கு ஒவ்வொரு ஆண்டும் நிதி உதவி செய்கிறாள் படிப்பதற்கு.

எப்படியோ ஒன்றிலிருந்து மற்றொன்று என்று இந்தத் தொழில் இவளுடையதாயிற்று. மிகவும் புகழ் பெற்ற வித்யாசாகர் ராவ்தேயிடம்தான் பயிற்சி பெற்றாள். இப்போதும் ஏதாவது என்றால் ஆலோசனை பெற இந்த வேலையிலிருந்து ஓய்வு எடுத்துக்கொண்டுவிட்ட அவரிடம்தான் போவாள். துப்பறியும்

அந்தேரி மேம்பாலத்தில் ஒரு சந்திப்பு

தொடர்களைப் பார்க்கும் பேரக்குழந்தைகளை அதட்டியபடி இன்னும் அகதா கிறிஸ்டியும், எர்ல் ஸ்டேன்லி கார்ட்னரும், எட் மெக்பேனும், டேஷியல் ஹாமட்டும், ஆர்தர் கானன் டாயிலும், ஸிமெனானும் படித்துக்கொண்டு இருப்பார். இவள் பார்க்கத் தவறிவிட்ட எதையாவது சுட்டிக்காட்டும் போது இன்னும், "எலிமென்ட்ரி மை டியர் சுதா" என்றுதான் சொல்வார் ஷெர்லக் ஹோம்ஸ் பாணியில்.

நரேந்தருக்கு இவள் வேலை பற்றித் தெரிந்ததும் முதலில் சற்று அதிர்ச்சிதான் ஏற்பட்டது. புஷ்பாவின் விஞ்ஞான ஆராய்ச்சி நிறுவனத்தில் வேலை செய்யும் நண்பன் அவன். பரிசோதனை கூடத்தின் சாமான்களையும், சோதனை எலிகளையும் மீறி அவன் இவளைப் பார்த்ததே ஓர் அற்புதம் என்பாள் புஷ்பா.

"மத்தவங்க வாழ்க்கை அந்தரங்கங்களைப் பார்க்கிறது உன் வேலையா?" என்றான்.

"ஆமாம். உன் அந்தரங்கம் கூட எனக்குத் தெரியும்."

"எந்த அந்தரங்கம்?"

"நீ லைஃபாய் சோப்பு உபயோகிக்கிறாய். பாண்ட்ஸ் பவுடர் போடுகிறாய். வாரத்துக்கு ஒரு தடவை கடுகெண்ணெய் தேய்த்துக் குளிக்கிறாய்."

"என்னது?" என்று வாயைப் பிளந்தான். "எப்படித் தெரியும்?"

"மூக்குன்னுட்டு ஒண்ணு இருக்கே?"

"அப்புறம்?"

"உனக்கு ஃபரீதா கானூம் பிடிக்கும். குறிப்பா 'ஆஜ் ஜானேகி ஸித் நா கரோ' பாட்டு."

"எப்படித் தெரியும்?"

"பக்கத்துல இருக்குற பாட்டு டேப்பு, ஸீடி எல்லாம் விக்கற கடையில இந்தப் பாட்டு இருக்கான்னுட்டு விசாரிச்சிருக்கிற."

"எப்போ?"

"போன வாரம்."

"உனக்கு எப்படித் தெரியும்?"

"அந்தக் கடைக்காரர் வாடிக்கைக்காரங்க கேட்டதைக் குறிக்கிற ரெஜிஸ்டர்ல அதை எழுதியிருக்காரு. நான் வேற வேலையா அங்க போன போது யதேச்சையா பார்த்தேன். டாக்டர் நரேந்திர குமார் குப்தா நீதானே?"

"அட!"

"இன்னொண்ணும் தெரியும்."

"என்னது"

"நீ இதுவரை காதலிச்சது இல்ல."

"உனக்கு எப்படித் தெரியும்?"

"உன் காலேஜ்ல படிச்ச ஒருத்தியைத் தற்செயலா பார்த்தேன். உனக்கு சாமியார்னுட்டு பட்டப் பெயராமே?"

"சரிதான்."

"இன்னொண்ணும் தெரியும்."

"அதை விட்டுவைப்பானேன்? சொல்லிடு."

"நீ என்னைக் காதலிக்கற."

"என் டயரியைப் பாத்தியா என்ன?"

"இல்ல. போன மாசம் புஷ்பா கிட்ட 45 தடவை என்னைப் பத்தி விசாரிச்சிருக்கற. போன மாசம் ஏப்ரல் மாசம். 30 நாள். முப்பது நாள்ல 45 தடவைன்னாக்க ஒரு நாளுக்கு 1.50 தடவையாச்சுது. இது கொஞ்சம் அதிகப்படியான விசாரிப்புதானே?"

சிரித்தான்.

"தவிர, நான் உன் பக்கத்துல வர போது உன்கிட்ட சில ரசாயன மாற்றங்க ஏற்படுது . . ."

தலை மேல் கைகளை வைத்துக் கூப்பினான்.

"சரணாகதி" என்றான்.

இப்போது நரேனும் பதினெட்டு வயது மகள் அருணாவும் வீட்டின் ஒரு பகுதி அவள் அலுவலகமாக இருப்பதை ஏற்றுக்கொண்டாயிற்று. அருணா சில சமயம் அவள் குறிப்பேட்டில், "என் ரோஜா வண்ண உள்ளாடையும் ஆரஞ்சு வண்ண டிஷர்ட்டும் காணவில்லை. என் வழக்கைப் பதிவு செய்யவும்" என்று எழுதிவிட்டுப் போவாள் விளையாட்டுக்கு. அவற்றைக் கண்டுபிடித்து அவள் டிராயரில் வைத்துவிட்டு ஒட்டுச்சீட்டில், "வழக்கு வெற்றிகரமாக முடிந்தது. என் சம்பளம்: ரூ 100" என்று எழுதி ஒட்டிவிடுவாள் பீரோ மேல்.

அருணாவுக்கு ட்யூஷன் வகுப்புகள் மாலைகளில். இரவுதான் வருவாள். நரேன் டெல்லி போயிருந்தான் ஒரு கருத்தரங்குக்கு.

சமையலறைப் பக்கம் போனபோது செல்லம்மா வந்து வேலையை முடித்துவிட்டுக் கிளம்பிக்கொண்டிருந்தாள்.

"செல்லம்மா, ஒரு விருந்தாளி வரப் போறாங்க."

"சப்பாத்தி அதிகமா பண்ணிட்டேன் சுதாம்மா. ஷெல்கே கிட்ட பேசினதைக் கேட்டேன். யாரோ வரப் போறாங்கன்னு தோணிச்சு. யாரு சுதாம்மா?"

"ஒரு பொண்ணும் நாலு வயசுப் பையனும். பால் இருக்குதா"

"இருக்குது. கஞ்சிப் பவுடரும் இருக்குது. வாழப்பழம் இருக்குது கூடையில. அருணாவுக்கு பாவக்கா பிடிக்காது. அவளுக்கு ஆலு—கோபி பண்ணியிருக்கேன்."

"அவளைச் செல்லம் குடுத்துக் கெடுக்கறீங்க."

"படிக்கற புள்ள. இப்பச் செல்லம் குடுக்காம எப்ப குடுக்கறதாம்? நான் வளர்த்த புள்ள."

"அவ நாக்கையும் வளர்த்திருக்கீங்க."

"சரி, இருக்கட்டும் சுதாம்மா" என்று சிரித்தாள். தன் பையை எடுத்துக்கொண்டு கிளம்பினாள்.

அவள் கிளம்பிப் போன ஐந்து நிமிடங்களில் வாயில்மணி ஒலித்தது.

○

[அத்தனை பெரிய குழியைத் தோண்டுவது சிரமமாகத்தான் இருந்தது. மூன்று பேராக இருந்தாலும் மூச்சு வாங்கியது. இடையிடையே ஓய்வெடுத்தனர். சூரியன் மெல்ல இறங்கிக்கொண்டிருந்தது. கடைசியாகக் குழி வெட்டி முடித்ததும் அதனுள் ஒருத்தி குதித்து அவளை மற்ற இருவரும் மேலே இழுத்தனர். "ஏய், யானைக்குட்டி!" என்று கேலி செய்தனர். இன்னொருத்தியைத் தள்ள அவள் முயன்றதும் அவள் ஓட மூவரும் கடலை நோக்கி ஓடினர். அலைகளில் ஒவ்வொரு தடவை முங்கும்போதும் கூச்சலிட்டனர். சூரியப் பந்தின் முனை அடிவானத்தைத் தொட்டது.]

கதவைத் திறந்ததும் ராகவ் ஸாவந்த் அருகில் ஒரு நாலு வயதுப் பையன் கையைப் பிடித்தபடி நின்றுகொண்டிருந்தாள் அந்தப் பெண். ராகவ் வணக்கம் கூறினார். மறு நாள் வருவதாகக் கூறி விடைபெற்றார். தயங்கியபடி நின்றவளை உள்ளே அழைத்தாள். சாப்பாட்டு மேசையருகே அமர்த்திவிட்டு, குடிக்கத் தண்ணீர் தந்தாள்.

தேநீர் போட ஆயத்தங்கள் செய்ய ஆரம்பித்தாள். தேநீர் சாப்பிடும் நேரம் இல்லை. இருந்தாலும் சூடாக ஏதாவது குடித்தால் அவள் இறுக்கம் தணியும் என்று தோன்றியது. சூடான பாலில் சர்க்கரையும் இரண்டு சொட்டு வெனிலா எஸென்ஸும் போட்டு குரங்குக் குட்டி பிடி போட்ட பீங்கான் கோப்பையில் ஊற்றி பையன் முன் வைத்தாள், "ஐஸ்க்ரீம் வாசனை வருது பாரு" என்றபடி. பிஸ்கட் டப்பாவிலிருந்து பிஸ்கட்டுகள் இரண்டு எடுத்துத் தட்டில் வைத்துத் தந்தாள். தன் அம்மாவைப் பார்த்தபடி பையன் பாலைக் குடித்தான். பிஸ்கட்டுகளை அதில் முக்கிச் சாப்பிட்டான்.

அந்தப் பெண் சமைந்தவள் போல் அமர்ந்திருந்தாள். கெட்டில் விளக்கு அணைந்ததும், கோப்பையில் தேநீர்ப் பையைப் போட்டு, வெந்நீர் ஊற்றி, பாலும் சர்க்கரையும் போட்டுக் கலக்கி அவள் முன் வைத்தாள்.

அவள் கண்கள் நிரம்பின.

"தீதி, என்னோட மூணு பொண்ணும் . . ." என்றாள்.

"கவலைப்படாதீங்க. கோவிந்த் நல்ல திறமைசாலி" என்று சமாதானப்படுத்தினாள்.

அவள் மெல்லத் தேநீர் பருகத் தொடங்கியதும் தன் படுக்கை அறைக்குப் போய் பீரோவைத் திறந்தாள். அந்தப் பெண் ஒடிசலாக இருந்தாள். இவளுக்குச் சற்று சின்னதாகப் போய்விட்ட நைட்டியை அவள் அணிந்துகொள்ளலாம். காலையில் அவள் அணிந்துகொள்ள மாற்று உடைக்காக ஸல்வார்–கமீஸ் எடுத்து வைத்தாள். இரண்டு மாதம் முன்பு வந்துவிட்டுப் போன அண்ணன் மகளின் ஐந்து வயதுப் பையனின் உடைகள் இரண்டு இங்கேயே இருந்தன. அவற்றை அந்தப் பையனுக்காக எடுத்தாள். எல்லாவற்றையும் அருணாவின் அறையில் வைத்தாள்.

"வீட்டில் விருந்தாளிகள். இன்றிரவு நீ என் அறையில் படுக்க நேரிடும்" என்று அருணாவுக்குக் குறுஞ்செய்தி அனுப்பினாள். ட்யூஷன் வகுப்பு முடிந்து பஸ் நிறுத்தத்தில் இருந்தாள் போலும். உடனே பதில் வந்தது: "நீ கட்டளையிட்டால் பணியத்தானே வேண்டும்?" என்று.

திரும்ப ஹாலுக்கு வந்தபோது அந்தப் பெண் மகனுடன் ஸோபாவில் அமர்ந்துகொண்டு சன்னல் பக்கம் வெறித்துப் பார்த்துக்கொண்டு இருந்தாள்.

அவளெதிரில் அமர்ந்து மெல்ல, "உங்க பெயர் சொல்லலை" என்றாள்.

"அர்ச்சனா. இவன் த்ருவ். அவர் பெயர் கோபால்" என்றாள் வலுவிழந்த குரலில்.

"அர்ச்சனா, முகம் கழுவி உடை மாத்திக்கலாமே? களைச்சிருக்கீங்க" என்றாள்.

"தீதி, என் குழந்தைகள் . . ." என்றாள் மீண்டும்.

"இதோ பாருங்க. கோவிந்த் கட்டாயம் அவங்களைத் தேடற வேலையை ஆரம்பிச்சிருப்பார். கவலைப்பட வேண்டாம்" என்றாள்.

அவள் மெல்ல எழுந்து பையனுடன் சுதா காட்டிய அருணாவின் அறைக்குப் போய் முகம் கழுவி உடை மாற்றிக்கொண்டு வந்தாள். பையனுக்கும் உடை மாற்றியிருந்தாள்.

தட்டு வைத்து இருவருக்கும் சுடச்சுட உணவு பரிமாறியதும், கண்கலங்கினாள்.

"அவர் ஆஸ்பத்திரியில . . ."

"ராத்திரி வேளைல என்ன செய்ய முடியும் அர்ச்சனா? அது நல்ல ஆஸ்பத்திரி. நல்லா பார்த்துப்பாங்க. நீங்க ரெண்டு பேரும் சாப்பிடுங்க" என்றாள்.

"தீதி, நீங்க . . .?"

"என் பொண்ணு வந்ததும் அவள் கூடச் சாப்பிடுவேன்."

மெல்லச் சாப்பிடத் தொடங்கினாள். த்ருவுக்கும் ஊட்டிவிட்டாள். சாப்பிடும்போதே த்ருவின் கண்கள் கிறங்கின உறக்கத்தில். அவன் வாயைத் துடைத்து அவனைப் படுக்கையில் கிடத்திவிட்டு வந்தாள். தட்டுகளை எடுக்க முற்பட்டாள். அவளைத் தடுத்துவிட்டு, தட்டுகளைச் சமையலறைத் தொட்டியில் போட்டுவிட்டு, சாப்பாட்டு மேசையைத் துடைத்துவிட்டு, அவள் குடிக்க ஒரு குவளை தண்ணீர் தந்தாள்.

அர்ச்சனா ஸோபாவில் அமர்ந்துகொண்டாள். தண்ணீரைக் குடித்தாள். குவளையைப் பக்கத்தில் வைத்தாள்.

"அர்ச்சனா, நீங்க படுத்துக்கலாம். சோர்வா இருக்கா?" என்றாள்.

"தீதி, நீங்க டிடெக்டிவ்னு அந்த இன்ஸ்பெக்டர் சொன்னார்."

"ஆமாம்."

"தீதி, என் பொண்ணுங்களைக் கண்டுபிடியுங்களேன்" என்றுவிட்டு வெடித்து அழத் தொடங்கினாள்.

"அர்ச்சனா, இது போலீஸ் கேஸ். க்ரிமினல் கேஸாகக் கூட இருக்கலாம். போலீஸ்தான் இதைச் சரி செய்ய முடியும்."

"அவங்க செய்யட்டும். நீங்க எனக்காக முயற்சி செய்யுங்களேன். உங்களுக்கான ஃபீஸ் தர முடியும் தீதி" என்றாள்.

"சே சே, ஃபீசுக்காக இல்ல அர்ச்சனா" என்றாள்.

சிறிது மௌனத்துக்குப் பின், "அர்ச்சனா, உங்க பெண்களைப் பத்திச் சொல்லுங்களேன்" என்றாள்.

"தீதி, மூணும் தங்கம் மாதிரி குழந்தைகள். மூத்தவ தீபிகா ரொம்ப புத்திசாலி. ஒம்பதாவது படிக்கிறா. எல்லா டீச்சர்களுக்கும் செல்லம். அந்தக் கணக்கு டீச்சர் உஷா தீட்சித்தான் இவளுக்குப் பிடித்த டீச்சர். அவளைப் பத்தியேதான் பேச்சு எப்பவும். அவள் அப்பாவுக்கும் செல்லம். மூணு பெண்களும் அவருக்குச் செல்லம்தான். ரெண்டாம் பெண் திவ்யா எப்பவும் அப்பா பின்னாலதான். த்வனிக்குப் பத்து வயசுதான். நெடுநெடுன்னுட்டு வளர்ந்தாச்சு. மூணு பேர் மேலயும் உசுரயே வெச்சிருந்தாரே தீதி . . ." என்று அரற்றினாள்.

"மூணு பெண்ணுங்களுக்கு அப்புறம் ஒரு பையன் வேணும்னுட்டு ஆசைப்பட்டீங்களோ?"

"இல்ல தீதி. அது எப்படியோ அறியாம நேர்ந்து போச்சுது."

"இங்க பீச் ரிஸார்ட்டுக்கு வார இறுதி உல்லாசப் பயணத் திட்டத்துல வந்தீங்களா?"

"ஆமாம் தீதி. எட்டாவது வந்த பின்னாடி இந்த தீபிகா கொஞ்சம் ஸீரியஸா போயிட்டா. ரொம்ப அதிகப் படிப்பு. இப்பல்லாம் குழந்தைகளுக்கு ட்யூஷன் பாரம் வேற. நல்ல ஸ்டூடண்ட். அதனால டான்ஸ், நாடகம்னு வேற அதிகப்படி விஷயங்கள். அதனாலதான் அவர் சொன்னார், எங்கேயாவது போகலாம்; கொஞ்சம் மாறுதலா இருக்கும்னுட்டு."

"ரெண்டு நாளும் நல்லா போயிருக்குமே குழந்தைகளுக்கு?"

"ஒரே விளையாட்டும் வேடிக்கையும் சாப்பாடும்தான். தீபுதான் நடுநடுல முகம் சுணுங்கினா. வேலை நிறைய இருக்குன்னுட்டு. ஏதோ அஸைன்மென்ட்டாம்."

"அவ ஸ்கூல் கோ–எட் ஸ்கூல்தானே?"

"ஆமாம்."

"அவளுக்குப் பையன்கள்ல நல்ல சிநேகிதன் யராவது உண்டா?"

"சிநேகிதனா? பாய் ஃப்ரெண்டு பத்திக் கேக்கறீங்களா என்ன? அவளுக்குப் பதினாலு வயசு தீதி . . ."

"சும்மா ஒரு நல்ல ஃப்ரெண்டு இருக்கலாமே?"

"அதெல்லாம் கிடையாது."

"சரிதான். சிநேகிதிங்க உண்டா?"

"அது ஒரு க்ரூப் இவங்களுக்கு. நர்மதா, ஸ்ரேயா, அனுபமா, ஆஷிஷ், ப்ரதீப்னுட்டு ஒரு க்ரூப் இவங்களுது."

"ஓ. திவ்யாவும் அதே ஸ்கூல்தானா?'

"மூணு பேரும் அந்த ஸ்கூல்தான். இவனையும் யூகேஜி முடிஞ்ச பிற்பாடு அங்கதான் போடணும்."

"ம்."

"தங்கமான குழந்தைங்க. தங்கமான புருஷர். கண் பட்டுடிச்சு ..." என்று விம்மினாள்.

தன் கைப்பையைப் பரபரவென்று திறந்து போட்டோ ஒன்றைக் காட்டினாள். ஸ்டூடியோவில் எடுத்தது.

முதலில் கணவன், பிறகு இவள். இவர்களுக்கு இடையே இவர்களுக்கு முன்னால் பையன். இவர்கள் இருவர் கைகளும் பையனின் தோள்களில் பதிந்திருந்தன. இவள் அருகே பெரிய பெண். நல்ல வாளிப்பான தோற்றம். அவளுக்கு முன்னால் மற்ற இரு பெண்கள். தன் முன்னால் இருந்த இருவரையும் பெரியவள் இரு பக்கத்திலும் கை போட்டு அணைத்தபடி நின்றாள். கணவனின் முகமும் இவள் முகமும் சாந்தமாக, பூரிப்புடன் இருந்தன. லட்சியக் குடும்பம்.

"நல்ல போட்டோ. போலீஸ் ஸ்டேஷன்ல இதைக் கொடுக்கலியா?"

"அவர் கிட்டயும் ஒரு போட்டோ இருக்கும் தீதி. அதைக் கொடுத்தோம்."

"உங்க கல்யாணம் காதல் கல்யாணமா?"

"சே சே, அப்பா-அம்மா பார்த்துச் செய்ததுதான் தீதி. அதுவும் பாவம் அப்போ இவர் ரொம்பவே உடைஞ்சு போயிருந்த நேரம்."

"ஏன், என்ன ஆச்சு?"

"இவருக்கு ஓர் தங்கையாம். ஹர்ஷிதான்னுட்டு பேரு. அப்படி ஓர் அழகு தீதி. போட்டோல பார்த்தேன். இவர்

அம்பை

ரெண்டு மாசம் வேலையா வெளியூர் போனபோது ஒரு நல்ல இடமா அமைஞ்சு, அவளுக்குக் கல்யாணம் நிச்சயம் பண்ணியிருக்காங்க. பத்திரிகைகூட அடிச்சாச்சு. இவருக்கு ரொம்ப சந்தோஷமாம். கல்யாணத்துக்கு ஒரு வாரம் முன்னால ஹர்ஷிதா ஓடிப்போயிட்டா . . .''

''யாரோட?''

''யாருக்குத் தெரியும்? போனவ போனவதான்.''

''மாப்பிள்ளை பிடிக்கலியோ என்னவோ?''

''முன்னயே சொல்ல வேண்டாமா? படிச்ச பொண்ணுதானே? மாப்பிள்ளைக்குச் சிங்கப்பூர்ல ஷிப்பிங் கம்பெனில பெரிய வேலையாம். மாமியார் சொன்னாங்க. இவர் இடிஞ்சு போயிட்டாராம் அப்படியே. செல்லத் தங்கையாம். அவளுக்கு யார்கூட உறவு இருக்குன்னுட்டு கூடத் தெரியாதாம். அப்படி அவ மறைச்சு வெச்சிருக்கிறா.''

''அவளக் கண்டுபிடிக்க முடியலையா?''

''தேடாத இடமில்லையாம் தீதி. கிடைக்கவே இல்லை. இவர் கிட்ட அதைப் பத்திப் பேசவே மாட்டேன். இன்னிக்கும் 'ஐயோ என் பொண்ணுங்களைத் தொலச்சிட்டனே!' அப்படீன்னுட்டு அலறினாரு பாருங்க . . .''

''பாவம் . . .''

''அவர் தாங்க மாட்டார் தீதி . . .'' என்று அழத் தொடங்கினாள்.

''நல்லா ரெண்டு நாள் கழிஞ்ச பிற்பாடு மறு நாள் காலையில கிளம்பணும், அக்ஸா பீச் வர போகலாம்னுட்டுப் போனவங்க. . .''

''நீங்க போகலியா?''

''இவன் நீச்சல் குளத்துல இறங்கிட்டான். நான் போகலை. அவங்கள விளையாட விட்டுட்டு இவர் கொஞ்சம் அந்தப் பக்கமா போயிருக்காரு. திரும்பி வந்தா காணலை அவங்கள தீதி. எப்படி அப்படி மறைய முடியும்? யாரோ இழுத்துட்டுப் போயிருக்காங்க தீதி. இந்த மும்பாய்ல எதுவும் நடக்கும். அக்ஸா பீச்சுல அதிகம் ஆளுங்க இருக்க மாட்டாங்க. அழகான பீச் அது. நான் பார்த்திருக்கேன். ஆனா இவங்க பார்த்தது இல்லன்னுட்டுக் கூட்டிட்டுப் போனாரு. மார்ல அடிச்சுட்டே அதே ஆட்டோல வந்தாரு . . .''

தன் மார்பில் அடித்துக்கொண்டாள்.

அவள் கையைப் பிடித்துக்கொண்டாள்.

பாவம். ஒரு நபர் வாழ்க்கையில் இத்தனை இழப்புக்களா?

வாயில் மணி அடித்தது. அருணாவாக இருக்கும். கதவைத் திறந்ததும் அருணா உள்ளே வந்தாள். அர்ச்சனாவை அறிமுகப் படுத்தினாள்.

அர்ச்சனா கண்ணீரூடே 'ஹலோ' என்றாள்.

அர்ச்சனாவை அருணாவின் அறையில் படுக்க வைத்துவிட்டு, அவளும் அருணாவும் சாப்பிட அமர்ந்தனர்.

❍

[அலைகள் வேகத்துடன் வரத் துவங்கியதும் அவர்களில் மூத்தவள் "போதும் வாங்க" என்றாள் மற்ற இருவரிடமும். "ஒரு நிமிஷம். ஒரே நிமிஷம்" என்றனர் மற்ற இருவரும். இன்னும் சற்று முன்னே போய் அலைகளை எதிர்கொண்டனர். சின்னவள் அலைகளுக்கு 'டிங்கு சிக்கா, டிங்கு சிக்கா' கூறினாள். மிகப் பெரிய அலை ஒன்று எழும்பி வந்தது. தன் சட்டையின் காலரை யாரோ இறுகப் பற்றிக்கொள்ளும் உணர்வு பெரியவளுக்கு ஏற்பட்டது. மற்ற இருவரையும் அருகே இழுத்துக்கொண்டாள். படமெடுத்த பாம்பு போல எழும்பி வந்த ராட்சஸ அலை படேரென்று அடித்துவிட்டுப் போயிற்று.]

காலையில் அர்ச்சனாவின் முகத்தைப் பார்த்தபோது அவள் இரவு முழுவதும் உறங்கவில்லை என்பது தெரிந்தது. கண்கள் வீங்கி இருந்தன. அழுதிருப்பாள். அவளுக்குத் தேநீர் தந்ததும், "தீதி, அவரைப் பார்க்கணுமே?" என்றாள் பலவீனமான குரலில்.

"பார்க்கலாம். முதல்ல டீ குடியுங்க" என்றாள். த்ருவ் தூங்கிக்கொண்டிருந்தது.

சன்னல் பக்கம் போய் கோவிந்தின் எண்களை அழுத்தினாள்.

"நமஷ்கார் தீதி."

"ஸாரி. எழுந்தாச்சா இல்ல எழுப்பிட்டேனா?"

"எப்பவோ எழுந்தாச்சு, தீதி. ஹவ் ஈஸ் ஷீ?"

"கோவிந்த், கணவனைப் பார்க்க ஆஸ்பத்திரிக்குப் போகணும்னுட்டு சொல்றாங்க."

"ராத்திரி அவங்க கிட்ட பேசினீங்களா?"

"சரிதான். அதுதான் எனக்குத் தந்த வேலையா?"

"இல்லை தீதி. இன்னொரு பெண் கிட்ட மனசு விட்டுப் பேச முடியும் இல்லையா? அதனாலதான்."

"மந்திரி போயிட்டாரா?"

"அவரை ராத்திரி ப்ளேன்ல அனுப்பியாச்சு."

"இந்த கேஸ் வேலை இனிமேல்தானா?"

"தீதி, இவ்வளவு அவமதிக்க வேண்டாம். நாங்க அவ்வளவு மோசமில்ல. அவங்க இருந்த ஹோட்டல்ல, அக்ஸா பீச்ல எல்லாம் விசாரணை செய்தாச்சு. ஹோட்டல்லேயிருந்து பீச்சுக்கு அவங்களக் கூட்டிப் போன ஆட்டோக்காரர் இந்தப் பக்கமா இருந்தாராம். ஆட்டோவில தூங்கிட்டாராம். நாரியல்வாலா பக்கத்துல இருந்தாராம். அவரையும் விசாரிச்சோம். ரொம்பவே தூரத்துல அவங்க விளையாடுறதைப் பார்த்தாராம். அதற்குப் பிறகு அந்த மனுஷன் அலறி அடிச்சிட்டு வந்த பிறகுதான் பார்த்தாராம் அவரை. இவங்க ரெண்டு பேரும் அவரோடப் போய் தேடியிருக்காங்க. அந்தம்மா கிட்டப் பேசினீங்களா?"

முதல் நாள் இரவு அர்ச்சனாவிடம் பேசிய பின் கிடைத்த விவரங்களை எல்லாம் கூறினாள்.

"மூத்த பெண்ணுக்கு ஏதாவது பாய் ஃப்ரெண்ட் . . .?"

"இல்லையாம்."

"தீதி, கிராமத்துப் பக்கத்துலேயிருந்து சின்னப் பெண்கள் மும்பாய் வருவாங்க பாலிவுட் ஆசையில. இந்தப் பெண்கள் மும்பாயை விட்டு ஏன் போகணும்?"

"கரையில ஏதாவது . . .?"

"உடல்கள் இல்லை தீதி. ராத்திரி அங்க போறப்ப இருட்டியாகி விட்டது. நாரியல்வாலா கிட்ட அக்கம் பக்கம் இருக்கறவங்க இளநீர் வாங்குவாங்க போல. அவர் இருந்தார். அவரும் கொஞ்ச நேரத்துல கிளம்பறதா இருந்தார். டார்ச் லைட் போட்டு அக்கம் பக்கம் தேடியும் எதுவும் கிடைக்கல. இப்போ காலையில் வழக்கமா உடல்கள் சிக்கிக் கொள்ளுற இடங்கள்ல பார்ப்போம். ரயில்வே ஸ்டேஷன்கள்ல பார்த்தாச்சு. ரெண்டு பேரை இவங்க சொந்த ஊருக்கு அனுப்பியாச்சுது."

"பரவாயில்லையே கோவிந்த். வேகமாத்தான் செயல்பட்டிருக்கீங்க."

"நாங்கள் அவ்வளவு மோசமில்லை தீதி."

அந்தேரி மேம்பாலத்தில் ஒரு சந்திப்பு

"யாராவது பெண் பலாத்காரம் செய்யப்பட்டா மட்டும் அவள் நடத்தை சரியில்லைன்னு சொல்லி பலாத்காரம் செய்தவனை விருந்து வெச்சு அனுப்பிடுவீங்க."

"தீதி! திஸ் இஸ் டூ மச்!"

"நான் சொன்னதுல ஏதாவது தப்பு உண்டா?"

"தீதி, என் ஸ்டேஷன்ல அப்படி நடக்காது. உங்களுக்குத் தெரியாதா? எங்க வீட்டம்மா பெண்கள் உரிமைக்குக் குரல் கொடுக்கிறவ."

"அதுதான் உங்க ப்ளஸ் பாயின்ட் கோவிந்த்."

"கோ ஆன் தீதி . . ."

"சரி, இப்ப காலையில ஆஸ்பத்திரி போக முடியுமா?"

"போகலாம் தீதி. அப்புறமா இந்த மேடம் வீட்டுக்குப் போகலாம்."

"கூட யாரையாவது அனுப்ப முடியுமா?"

"நீங்க போக முடியுமா?"

"போகலாம்."

"தீதி, ஒரு சின்ன உதவி செய்ய முடியுமா? பெரிய பெண் அறையில ஏதாவது டயரி, கடிதம் இல்ல வேற ஏதாவது இருக்குதான்னுட்டுக் கொஞ்சம் பார்க்க முடியுமா? ஸிஆர்பிஸி 1973 ரூல் பிரகாரம் சோதனை வாரன்ட் இல்லாமல் நாங்க அங்க போய் எதுவும் பார்க்க முடியாது. அதையும் செய்வோம். இப்ப வேற பல வேலைகள் இந்தக் கேஸ் விஷயமா. அப்புறமா சொல்லறேன். கொஞ்சம் பிஸி இப்ப. ஒரே ஓர் இழை கிடைச்சா போதும் தீதி. எதுக்கும் நீங்க அவங்க வீட்டுல கொஞ்சம் தேடிப் பார்த்துட்டா . . ."

பேசி முடித்ததும் அர்ச்சனாவைப் பார்த்தாள். தேநீர்க் கோப்பையைப் பார்த்தபடி அமர்ந்திருந்தாள்.

"அர்ச்சனா, ஆஸ்பத்திரி போக வேண்டாமா?"

துணுக்குற்று மேலே பார்த்தாள். தேநீரை அவசரமாகப் பருகினாள்.

"குளிக்கிறேன் தீதி" என்றாள்.

இரவு தோய்த்துப்போட்ட அவள் உள்ளாடைகள் உலர்ந்திருந்தன. அவற்றைத் துணி உலர்த்தும் ஸ்டீல் தாங்கியி

லிருந்து எடுத்து அவளுக்கென்று எடுத்து வைத்திருந்த ஸல்வார்-கமீஸுடன் ஒரு துண்டையும் வைத்துக்கொடுத்தாள்.

"தீதி, வேண்டாமே. என் ட்ரெஸ்ஸே இருக்கே" என்றாள்.

"இருக்கட்டும். அதை மடிச்சு வெச்சுக்கலாம். இதை அப்புறமா தரலாம். அவசரமில்ல."

அர்ச்சனா குளிக்கப் போனாள்.

அருணா கல்லூரி போகத் தயாராகி வந்தாள் "மார்னிங் அம்மு" என்றபடி. டோஸ்டரில் ரொட்டி வில்லைகளைப் போட்டு, மடமடவென்று ஸாண்ட்விச் செய்ய ஆரம்பித்தாள். அவளுக்கும் காலை வகுப்புகள்.

இவள் தன் அறைக்குச் சென்று தயாராவதற்கும் த்ருவ் எழுந்து அவன் அம்மாவுக்காகக் குரல் கொடுப்பதற்கும் சரியாக இருந்தது. அருணா அவனிடம் கொஞ்சிப் பேசியபடி அவனுக்குப் பல் தேய்த்து அவனைத் தயார் செய்தாள்.

"அருண், நீ சாப்பிட உட்காரு. க்ளாஸ் மிஸ்ஸாயிடும்" என்றாள். த்ருவையும் உட்கார வைத்தாள். அர்ச்சனா அவள் கொடுத்த உடைகளை அணிந்துகொண்டு வந்தாள். அவளுக்குப் பொருத்தமாக இருந்தன. சற்றே வெட்கத்துடன் த்ருவ் அருகில் அமர்ந்து அருணாவை நோக்கிப் புன்னகைத்துவிட்டு, அவனுக்கு உணவூட்டலானாள். இதுவரை அமைதியாக இருந்த த்ருவ் முரண்டு பிடிக்க ஆரம்பித்தான். தட்டைத் தள்ளினான். பால் குடிக்க மறுத்தான். அலறினான். துள்ளினான்.

"ஐயோ ஸாரி தீதி! இவனுக்கு என்ன ஆச்சு?"

"ஒண்ணும் ஆகலை. குழந்தை பயந்திருக்கான். அவனுக்கு எதுவும் புரியலை. அதைச் சொல்லத் தெரியலை" என்றுவிட்டு காலைக் கையை உதைத்துக்கொண்டு வீறிட்ட த்ருவ்விடம், "த்ருவ், ஆன்டியும் நீயுமா உன் தீதி மூணு பேரையும் தேடலாமா? எனக்கு நீ ஹெல்ப் செய்யறியா?" என்றாள் மென்குரலில்.

விசும்பியபடி, "தீதி இல்ல" என்றான்.

"த்ருவ் பெரிய பையன் இல்லியா? அவன் போலீஸோட போயி தீதியைக் கண்டுபிடிப்பானாம்" என்றாள்.

"தீபிகா தீதி அழுதா" என்றான்.

"என்னிக்கு?"

"அன்னிக்கு."

“சரி, நீ பால் குடிக்கிறியா? பாரு அந்த மரத்துல அணில் இருக்கு பாரு.” என்று மெல்ல அவனை திசைதிருப்பி சமாதானம் செய்தாள்.

அருணா தன் பள்ளிப்பையை எடுத்துக்கொண்டு கட்டை விரலை உயர்த்தி ‘ஆல் த பெஸ்ட்’ காட்டிவிட்டுப் போனாள்.

அர்ச்சனாவும் அவளும் காலை உணவை முடித்துக்கொண்டு ஆஸ்பத்திரிக்குக் கிளம்பினர். கீழே போய் சிவப்பு மாருதியின் பின் கதவைத் திறந்து அர்ச்சனாவையும் த்ருவையும் அமரச் செய்துவிட்டு, முன்னால் அமர்ந்து வண்டியைக் கிளப்பினாள். த்ருவ் முன்னால் ஆடிக்கொண்டிருந்த கரடி பொம்மையைப் பார்த்தபடி சாந்தமாக இருந்தான்.

❍

[மலைப் பாதை. இருந்தாலும் வண்டி வேகமாகப் போயிற்று. எதிர்க் காற்று விஷ்விஷ்ஷென்று அடித்தது. பேசிக்கொள்ளவில்லை இருவரும். அவன் கோபமாக இருந்தான். சற்று பயத்துடன் அவன் முகத்தைப் பார்த்தாள். “என்னை ஏமாத்த நினைச்சாய் இல்லையா?” என்றான் உறுமுவது போல. “நான் என்ன செய்ய முடியும்?” என்று இழுத்தாள். பயம். அவனிடம் அடி வாங்கியிருக்கிறாள். வெறியன். அவள் சிறகுகள் முறிக்கப்பட்டு அவன் கையில். பல ஆண்டுகளாக. வீட்டில் யாருக்கும் தெரியாது. சொல்ல அவளுக்கு தைரியம் இல்லை. இன்றும் வீட்டில் யாருக்கும் தெரியாமல்தான் வந்திருந்தாள். கூண்டில் இருந்த இடைவெளியின் மூலம் அவள் வெளியே வர முற்பட்டபோது பிடிபட்டுவிட்டாள். ஒரு கையால் ஓட்டியபடி இன்னொரு கையால் கன்னத்தில் இடித்தான். “நீ என்னுடையவள் தெரியுமா?” என்றுவிட்டு அவள் பின்னலைப் பிடித்து இழுத்தான். என் கிட்ட இருந்து மறைக்கலாம்னு பார்த்தீங்களா எல்லாரும்? விடுவேனா? அதுவும் என்ன அழகான மாப்பிள்ளை! வழுக்கைத் தலையன்!” என்று மண்டையில் கொட்டினான். எதிரே வெறித்தபடி இருந்தாள். சூரியன் முதலை வாய் போல் இருந்த மலைகளின் பிளவில் இறங்கிக் கொண்டிருந்த நேரம். மங்கல் ஒளியும் இருளும் கலந்துகொண்டிருந்தன. சட்டென்று இருள் மாலையைக் கவ்வியது. பெரிய வளைவான திருப்பம் ஒன்றில் வண்டியின் வேகம் சட்டென்று குறைந்தது. கண நேரம்தான். வண்டியின் கதவைத் திறந்துகொண்டு கீழே பள்ளத்தாக்கில் பாய்ந்தாள்.]

ஆஸ்பத்திரியில் வழக்கமான கூட்டம். வரிசைகள். அழும் குழந்தைகள். வாடிய முகங்கள். சோர்ந்த கண்கள். அர்ச்சனாவின் கணவர் அப்போதுதான் கண் விழித்திருந்தார்.

மனைவியையும் குழந்தையையும் பார்த்ததும் வீறிடலானார். “எனக்குப் போகணும்” என்று வெறிபிடித்தவர் போல ஓட முற்பட்டார். ஐந்தாறு நர்ஸ்களும் வார்ட்பாய்களும் வந்து பிடித்துக்கொண்டனர்.

“பாவம் மனுஷன்” என்றபடி ஒரு நர்ஸ் கையில் ஊசி போட்டாள். சில நிமிடங்களில் அடங்கிப் போனார்.

அர்ச்சனா அழுதபடி நின்றாள். பையன் அம்மாவிடம் ஒண்டிக்கொண்டு நின்றான்.

சற்றுத் தள்ளிப்போய் கோவிந்த்தைக் கூப்பிட்டாள்.

“கோவிந்த், அந்தம்மா வீட்டுக்காரர் இன்னும் சரியாகலை. அவங்களை வீட்டுல கொண்டு விடவா?”

“கொண்டு விடுங்க தீதி ப்ளீஸ். மால்வணி போலீஸ் ஸ்டேஷனும் எங்க போலீஸ் ஸ்டேஷனும் இதுல இணைஞ்சு வேலை பண்றோம். காலையில சொன்னதை நினைவு வெச்சுக்குங்க.”

“சரி கோவிந்த். முயற்சி பண்ணறேன். இவங்களை வீட்டுல தனியா விடலாமா? ரொம்பக் கலங்கிப் போயிருக்காங்களே?”

“இல்ல தீதி. ஒரு லேடி கான்ஸ்டபிள அனுப்பறேன் அங்க. தனியா விடமாட்டோம். ஏகப்பட்ட தற்கொலை கேஸ் இப்பல்லாம்.”

“அதுக்குத்தான் சொன்னேன்” என்றுவிட்டு இணைப்பைத் துண்டித்தாள்.

அர்ச்சனாவின் கணவர் அடங்கிய நிலையிலும் திமிறிக்கொண்டு, துள்ளிக்கொண்டிருந்தார்.

பார்க்கப் பரிதாபமாக இருந்தது. ஓர் உல்லாஸப் பயணம் இப்படியா குலைக்க வேண்டும் ஒரு குடும்பத்தை?

அர்ச்சனாவையும் பையனையும் சமாதானப் படுத்தினாள். டாக்டர் இன்னும் இரண்டொரு நாளாவது ஆஸ்பத்திரியில் வைத்துக்கொள்ள வேண்டும் என்றார். அதிகமாக அதிர்ச்சிக்கு ஆளாகியிருக்கிறார் என்றார். நிலைமையை அவரிடம் சுருக்கமாக விளக்கினாள். கோவிந்த் அங்கே நிறுத்தியிருந்த கான்ஸ்டபிளிடம் அவர்களை வீட்டுக்குக் கூட்டிப்போவதாகக் கூறிவிட்டுக் கிளம்பினாள்.

வழி முழுவதும் அர்ச்சனாவின் கண்கள் நிரம்பி வழிந்தபடி இருந்தன. வாய்விட்டு அவள் அரற்றவில்லை. தன் மகன்

பயந்துவிடுவான் என்பதால் இருக்கலாம். பையன் ஒடுங்கிப் போயிருந்தான்.

வீட்டை அடைந்து, கதவைத் திறந்து உள்ளே நுழைந்து சோபாவில் தளர்ந்துபோய் உட்கார்ந்தாள். பையன் அவளைப் பார்த்தபடி உட்கார்ந்தான். இவளே உள்ளே போய் ஒரு கிளாஸில் தண்ணீர் கொண்டுவந்து கொடுத்தாள் அவளுக்கு. குடித்துவிட்டு வெறித்தபடி அமர்ந்திருந்தாள்.

"அர்ச்சனா, தைரியமா இருங்க" என்று முதுகில் தட்டிக்கொடுத்தாள். பிறகு மெல்ல, "அர்ச்சனா, என்னையும் முயற்சி பண்ணச் சொன்னீங்களே? நான் கொஞ்சம் வீட்டைச் சுற்றிப் பார்க்கலாமா? உங்களுக்கு எதுவும் ஆட்சேபணை இருக்குமா?" என்றாள்.

"இல்லை தீதி, வாங்க" என்றுவிட்டு, முகம் கழுவிக்கொண்டு வந்தாள்.

அவர்கள் படுக்கையறையில் அவள் காண்பித்த போட்டோ பெரிதாக மாட்டப்பட்டிருந்தது. படுக்கையறை பீரோ வைத்த மூலையில் இருந்த சுவர்ப் பகுதியில் பீரோவால் பாதி மறைக்கப்பட்டு ஓர் இளம் பெண்ணின் போட்டோ இருந்தது.

"அதுதான் ஹர்ஷிதா" என்றாள் அர்ச்சனா.

அந்தச் சிறிய அளவு போட்டோவைப் பார்த்தாள். ஒப்பனை இல்லாத முகம். கூர்மையான நாசியும், பெரிய விழிகளும், கீற்றுப் புன்னகையும். ஸ்டூடியோவின் பெரிய முக்காலி மேல் ஒரு கை பதித்தபடி நின்றாள். பின்னலை முன்னால் போட்டிருந்தாள். அது இடைக்குக் கீழே தொங்கியது.

"அர்ச்சனா, இதை நான் எடுத்துக்கவா? திருப்பித் தந்துடுவேன்" என்றாள்.

"இது எதுக்கு தீதி? இதனால என்ன பிரயோசனம்?"

"சும்மாத்தான். பத்திரமா திருப்பித் தந்துடுவேன்."

"சரி தீதி. பத்திரமா வெச்சுக்குங்க கொஞ்சம். அவர் கோவிப்பார்" என்றாள்.

அறையின் ஒரு பக்கத்திலிருந்த அலமாரியில் புத்தகங்கள். நிறைய ஹிந்தி புத்தகங்கள். சில ஆங்கிலப் புத்தகங்கள்.

"இலக்கியம் பிடிக்குமா உங்களுக்கு?"

"எல்லாம் அவருது. நான் ஹிந்தி புஸ்தகம் படிப்பேன் கொஞ்சம். அவர் எப்போ பயணம் போனாலும் ஏர்போர்ட்டுல ஒரு புஸ்தகம் வாங்கிடுவார் படிக்க."

அறையில் இருந்த மேசை மேல் இருந்த கோப்புகள் எல்லாம் ஒழுங்காக இருந்தன. நல்ல வேளை இன்னும் போலீஸ் சோதனை நடந்து எதையும் இறைத்துப் போடவில்லை. இல்லாவிட்டால் வானர சேனை மாதிரி துவம்சம் செய்பவர்கள் அவர்கள்.

மேசை மேல் ஒரு மடிக்கணினி இருந்தது. கோப்புகளைப் பார்த்தாள். எல்லாமே உயர் ரக ப்ளாஸ்டிக் கோப்புகள். அவர் வேலையை ஒட்டிய காகிதங்கள்; சீட்டுத் துண்டுகள்; ரசீதுகள். மின்சார தொலைபேசி கட்டண ரசீதுகள். சில கோப்புகளில் தொழில் சம்பந்தப்பட்ட சில கடிதங்களின் நகல்கள். நிறம் மங்கிப்போன பழைய பாணிக் கோப்பு ஒன்றின் பக்கங்களைப் புரட்டினாள். பெற்றோரின் கடிதங்கள், உறவினர் பற்றிய செய்திகள் இவற்றுடன் ஒரு திருமண அழைப்பிதழ் இருந்தது. வெளிர் மஞ்சளில் குங்கும நிற எழுத்துக்கள். மணமகனும் மணமகளும் மாலை மாற்றிக்கொள்ளும் சித்திரத்துடன். ஹர்ஷிதாவின் திருமண அழைப்பிதழ். நடக்காத திருமணத்தின் ஞாபகச் சின்னம். நல்ல வழவழவென்ற அட்டைத் தாள். மெல்லிய வெண் தாள் ஒன்று அதன் மேல் மூடியபடி. அதை மெல்ல கோப்பிலிருந்து எடுத்தாள்.

“அது எதுக்கு தீதி? பதினஞ்சு வருஷத்துக்கு முந்திய கதை. அவர் ஏதோ வெச்சிருக்காரு.”

“கவலைப் படாதீங்க அர்ச்சனா. சில சமயம் ஏதாவது ஒரு சின்ன விஷயம் கூட உதவியா இருக்கும். திருப்பித் தந்துடுவேன்னுட்டு சொன்னேனே? பயப்படாதீங்க. இப்பவே கூட உங்க வீட்டுல கம்ப்யூட்டர்ல ஸ்கேன் செய்யலாம்னா செய்துட்டுத் தந்துடுவேன்” என்றாள்.

“ஸ்கேனர் ப்ரின்டர் எல்லாம் இருக்கு” என்று அர்ச்சனா கூறியதும் புகைப்படச் சட்டத்தின் பின்னால் இருந்த பகுதியைத் திறந்து புகைப்படத்தை மெல்ல வெளியே எடுத்தாள். அதற்குள் மேசை மேல் இருந்த மடிக்கணினியைத் திறந்திருந்தாள் அர்ச்சனா. புகைப்படத்தையும், திருமண அழைப்பிதழையும் நகலெடுத்து அவற்றைத் தன் மின்னஞ்சலுக்கு அனுப்பிவிட்டு, அச்சுப் பிரதியும் எடுத்துக்கொண்டாள். சட்டத்தினுள் புகைப்படத்தை வைத்தபின் அது மீண்டும் பாதி மறைக்கப்பட்ட தன் மூலைச் சுவருக்குப் போயிற்று. அழைப்பிதழைக் கோப்பில் பத்திரமாக வைத்தாள் அர்ச்சனா.

அர்ச்சனா மற்றும் அவள் கணவரின் படுக்கையறையை ஒட்டி இருந்த குளியலறையின் சிறு அலமாரியைத் திறந்தபோது முதல் தட்டில் வழக்கமான ஷாம்பூ, சோப்பு, பவுடர், க்ரீம், முகம்

மழிப்பதற்கான சாமான்கள், ஆம்லா எண்ணெய், பற்பசை இவை இருந்தன. கீழ்த்தட்டில் க்ரோஸின், ஆஸ்ப்ரோ, அம்ருதாஞ்சன், டைகர் பாம், புதின் ஹரா என்று மருந்து வகைகள் இருந்தன. அலமாரியை மூடப்போனபோது சட்டென்று கண்ணில் பட்டது வலது மூலையில் இருந்த டோனோர்மில் குப்பி.

திரும்பி, "அர்ச்சனா, தூக்க மாத்திரை யாருக்கு?" என்றாள்.

"இவருக்குத்தான். ரெண்டு வருஷமா சரியா தூக்கமில்லை இவருக்கு. வேலை டென்ஷன்தான். பிசினஸ்ல பலதும் இருக்கும் இல்லையா? ஏகப்பட்ட டென்ஷன் அவருக்கு. அவரைப் பார்த்து எனக்கு டென்ஷன்."

வாயில் மணி அடித்தது.

கதவைத் திறந்ததும் தோளில் தொங்கும் கைப்பையுடன் ஒரு பெண்மணி நின்றாள்.

"வாங்க டீச்சர்" என்ற அர்ச்சனா அழ ஆரம்பித்தாள். டீச்சர் உள்ளே வந்து அமர்ந்தாள். த்ருவ் இன்னொரு சோபா மேல் உறங்கிப்போயிருந்தான்.

"காலை பேப்பர்ல பார்த்தேன். சின்னச் செய்தியா போட்டிருந்தாலும் தீபிகா, திவ்யா, த்வனி பேர் பார்த்ததுமே பயந்துட்டேன். என்ன ஆச்சு அர்ச்சனா பெஹன்?" என்றாள் டீச்சர்.

அழுதபடி விளக்கிய அர்ச்சனா, "யாரோ அவங்களக் கடத்திட்டாங்க டீச்சர்" என்று கூறினாள்.

"தீபிகா ரொம்ப சூட்டிகையான பொண்ணாச்சே?" என்றாள் டீச்சர்.

"அவள் சமீபத்துல உங்க கிட்ட ஏதாவது சொன்னாளா?" என்று இவள் கேட்டாள்.

"இல்லையே? அதிகமா பேசற பெண்ணில்லை அவள்."

அவர்களைப் பேச விட்டுவிட்டு, இன்னொரு படுக்கையறைக்குப் போனாள். குழந்தைகளின் அறை என்று தெரிந்தது. ஒரு பக்கச் சுவரிலே பெரிய அலமாரியும் நீள் மேசையும். நான்கு நாற்காலிகள் இருந்தன மேசையை ஒட்டி. மேசையின் ஒரு பக்கம் ஒரு மேசைக் கணினி இருந்தது. மேசையின் இழுப்பறைகளைத் திறந்தாள். பென்சில், பேனா, அழிப்பான், குண்டூசி, பேப்பர் பின்கள், பதிக்கும் பின்கள் என்று இறைந்து கிடந்தன. ஒரே ஒரு இழுப்பறை மட்டும் கொஞ்சம் சீராக இருந்தது. தீபிகாவுடையதாக இருக்கும்.

வெளியே வந்து அர்ச்சனாவிடம் விடை பெற்றுக்கொண்டாள்.

"தீதி, ப்ளீஸ், நீங்களும் உதவி பண்ணுங்க" என்றாள். விழிகள் மீண்டும் நிரம்பின.

டீச்சர் தன்னை வழியில் இறக்கி விடுமாறு கேட்டுக்கொண்டாள்.

வண்டி சற்று ஓடத் துவங்கியதும் டீச்சர் மெல்ல, "தீபிகாவின் ஸ்கூல்ல படிக்கறவங்கள போலீஸ் விசாரிச்சிருக்காங்க. திவ்யா, த்வனி வகுப்பு மாணவர்கள் கிட்டயும் பேசியிருக்காங்க."

கோவிந்த் கூறிய வேறு வேலைகளில் ஒன்றாக இருக்கும் என்று நினைத்துக்கொண்டாள்.

"இவ்வளவு சீக்கிரமாவா செய்திருக்காங்க?"

"காலையில எட்டு மணிக்கு ஸ்கூல்ல ஒரே அல்லோல கல்லோலம் போலீஸைப் பார்த்ததும். அவங்க ஸ்டூடன்ட்ஸ் பயந்துடக்கூடாதுன்னுட்டோ என்னவோ மஃப்டியிலதான் வந்தாங்க. அப்படியும் பிரின்சிபால் ஆடிப்போயிட்டாங்க. நான் அர்ச்சனா பெஹன் கிட்டச் சொல்லலை. பாவம் பயந்துடுவாங்க."

"டீச்சர், திவ்யா, த்வனி ரெண்டு பேரும் ரொம்பச் சின்னவங்க. தீபிகாவுடைய க்ரூப்ல இருக்கிற நண்பர்கள் நம்பர் கிடைக்குமா?"

"போலீஸ் அவங்க கிட்ட பேசி ஆச்சு."

"இல்லை, சும்மா கேட்டேன்."

"என் வகுப்பு ஸ்டூடன்ட்ஸ்தான். நம்பர் இருக்கு என் கிட்ட."

"தாங்களேன்"

கைப்பையைத் திறந்து ஒரு வெற்றுத் தாளில் எண்களைக் குறித்துத் தந்தாள்.

"தங்கமான பொண்ணுங்க" என்று அங்கலாய்த்தாள்.

"அதுவும் தீபிகா ரொம்ப மென்மையான பொண்ணு. மத்த அவ வயசுப் பொண்ணுங்க மாதிரி இல்லை. ரொம்ப அமைதியா இருப்பாள். போன வார காம்போஸிஷன் வகுப்புல ரொம்ப அழகா எழுதியிருந்தா கட்டுரை."

"என்ன கட்டுரை?"

"எதிர்காலக் கனவு பற்றி. எல்லாரும் டாக்டர், ஏர் ஹோஸ்டஸ், பிசினஸ்னு எழுதியிருந்தாங்க. தீபிகா எழுதியிருந்தா:

நான் ஒரு பறவையாக மாறி ஆகாயத்தில் வெகு உயரத்தில் பறக்க வேண்டும்."

"இப்படி கவித்துவமா எழுதுறது அந்த வயசுல சகஜம்தானே?"

"என் வகுப்புல தீபிகா ஒருத்திதான் இதை எழுதினது."

ஒரு தெருவின் முனையில் டீச்சர் இறங்கிக்கொண்டாள்.

வண்டியை ஓரம்கட்டிவிட்டு, டீச்சர் தந்த எண்களை அழுத்த ஆரம்பித்தாள். தீபிகாவின் தோழர்கள் அவள் தன்னை அறிமுகப்படுத்திக்கொண்டதும் முதலில் சற்றுத் தயக்கத்துடன் ஆனால் பிறகு தடையின்றிப் பேசினர். எல்லாருமே அவர்கள் அருமைத் தோழியைக் கண்டுபிடித்துத் தரும்படி இறைஞ்சினர். ஆஷிஷ்தான் எல்லாரையும் விட அவளுக்கு நெருங்கியவன் என்றார்கள்.

ஆஷிஷ் பதினாலு-பதினைந்து வயதுக்கு வெகு முதிர்ச்சியுடன் பேசினான். ஆரம்பத்திலேயே, "நீதான் அவள் பெஸ்ட் ஃப்ரெண்டாமே?" என்றதும், "நாங்கள் வெறும் ஃப்ரெண்ட்ஸ்தான்" என்று எச்சரிக்கையுடன் கூறினான்.

"ஜஸ்ட் ஃப்ரெண்ட்ஸ்?"

"ஆமாம் ஆன்ட்டி."

"சரிதான். நிறைய மொபைல்ல பேசுவீங்களா?"

"இல்லை ஆன்ட்டி. மெஸேஜ்தான் பண்ணிப்போம் அதிகமா நாங்க எல்லாருமே. நேத்து கூட ரெண்டு ஜோக்ஸ் அனுப்பினேன் தீபுவுக்கு."

"ஃபேஸ்புக், ட்விட்டர், ஆர்கூட். . ."

"ஃபேஸ்புக்ல எங்க க்ரூப்ல எல்லாருமே இருக்கோம் ஆன்ட்டி."

"தீபிகா வீட்டுல ஒண்ணும் சொல்ல மாட்டாங்களா?"

"இல்ல ஆன்ட்டி. அவ அப்பா-அம்மா ரொம்ப நல்லவங்க."

"அவ வீட்டுக்கு போறதுண்டா?"

"பர்த்டே அப்படீன்னாதான் போவோம். இல்லாவிட்டால் பார்க், பீச் அந்த மாதிரி இடங்கள்லதான் சந்திப்போம் எங்க க்ரூப்ல எல்லாருமே."

"எஃப்பில தீபிகா ஐ டி என்ன?"

"டீப். டி டபுள் ஈ பி ஆன்ட்டி"

“ஈமெயில் ஐ டி உண்டா அவளுக்கு?”

“உண்டு ஆன்ட்டி: டிடபுள்ஈபி14அட்ஜீமெயில்.காம். ஆனால் ஆன்ட்டி, நாங்க எல்லாருமே ஜீமெயில் அதிகம் உபயோகிக்க மாட்டோம். எல்லாமே மொபைல் அப்புறம் ஃபேஸ்புக்தான்.”

“ஆஷிஷ், உன் சிநேகிதி கிடைக்க நீ செய்யற உதவிக்கு ரொம்ப தாங்க்ஸ்.”

“ஆன்ட்டி, தீபுவோட எஃப்பி விவரங்களைப் பார்க்க நான் உதவி பண்ணுவேன். உங்களுக்கு ஹாக் பண்ண நேரம் செலவாகும். உங்க அட்ரஸ் தாங்க. நான் வரேன்” என்றான் உடனே.

“நீ ரொம்ப கெட்டிக்காரன் ஆஷிஷ் . . .”

“தீபு என் சிநேகிதி.”

“இன்னிக்கு ஸ்கூல் கிடையாதா?”

“உண்டு. போலீஸ் அங்கிள் பிரின்சிபாலிடம் எங்களை அனுப்பச் சொல்லியிருக்கார்.”

“ஓ, அங்க போகணுமா?”

“ஆன்ட்டி, எங்க வேணும்னாலும் நாங்க வருவோம் . . .”

“அச்சா. பத்து நிமிஷத்துல உன்னைக் கூப்பிடவா?”

“ஓகே ஆன்ட்டி.”

கோவிந்த்தைக் கைபேசியில் தொடர்பு கொண்டாள்.

“ரொம்ப வேகமா செயல் படற மாதிரி இருக்கே?”

“ஏன்?”

“தீபிகாவோட சிநேகிதங்களை போலீஸ் ஸ்டேஷனுக்குக் கூப்பிட்டிருக்கீங்களாமே?”

“தீதி, நாங்க போலீஸ்காரங்க. க்ரிமினல் வழக்குகளை நாங்க பார்க்கிறோம். உங்களை மாதிரி சாதா வழக்குகள் இல்லை.”

“சரிதான். யாருமே கொல்லாமல் குண்டு பட்டு, கத்தி குத்தி சில பேர் செத்துப் போயிடுறாங்க அவ்வளவுதான்!”

“தீதி, கேலி போதுமே! வேற என்ன விஷயம்?”

“தீபிகா கிட்ட மொபைல் இருந்திருக்கும் இல்லையா? அது எங்க? ஒரு வேளை உங்க கிட்ட இருக்குதா? எங்க கிடைச்சுது?”

"நேத்து முழு நேரமும் அந்த நம்பரை அடிச்சுப் பார்த்தோம். தொடர்பே இல்லை. இன்னிக்குக் காலையில மணி அடிச்சுது. யாரும் எடுக்கலை. இப்போ விடிகாலையிலதான் கடைசியில் யாரோ எடுத்தாங்க. எடுத்தது அந்த நாரியல்வாலா. அது அங்க அவர் குப்பையைப் போடற ஒரு பாறைக்குப் பின்னால கிடந்துதாம். எடுத்திருக்காரு. கொண்டு வந்து தந்தார். கொஞ்சம் பயந்திட்டாரு. உடனே அவரோட போய் திரும்பத் தேடின போது இன்னொரு பாறை பின்னால ப்ளாஸ்டிக் வாளி எல்லாம் கிடைச்சுது. ஸ்கூலுக்குப் போய் அவள் நண்பர்களோட பேசினது எல்லாம் ஸெல் கிடைச்சப் பிறகுதான்."

"அதுல ஏதாவது . . ."

"இல்லை தீதி. நேத்து இரவுக்குப் பிறகு வெறும் மிஸ்டு கால்ஸ்தான். எங்க போலீஸ் ஸ்டேஷன் பண்ணினதும், அதுக்கு முன்னால குழந்தைகளோட அப்பாவும் அம்மாவும் அவங்க மொபைல்ல செய்தது. தவிர ரெண்டு மெஸேஜ். ஆஷிஷ் அனுப்பின ஜோக்ஸ்."

"மெஸேஜ் வந்த நேரம் பார்த்தீங்களா?"

"தீதி, நாங்க வெறும் சொத்தைப் பயல்கள்னு நினைக்கறீங்களா? மெஸேஜ் ஒம்பது மணிக்கும் அதுக்குப் பிறகும் வந்திருக்குது. நாரியல்வாலாவுக்கு அதை அழிக்கத் தெரியாமயோ என்னவோ அப்படியே இன்பாக்ஸ்ல வெச்சிருந்தாரு. அது சரி தீதி, இந்த கேஸை நான் விசாரிக்கிறேனா இல்ல நீங்களா? கேள்வி மேல கேள்வி போடறீங்களே?"

"ஹேய் கோவிந்த், அர்ச்சனா கிட்டப் பேசின பிறகு கொஞ்சம் கவலையா இருக்குது. அதனாலதான். தப்பா எடுத்திட்டீங்களா?"

"தீதி, கான்ட் யூ டேக் அ ஜோக்? சும்மா தமாஷுக்குச் சொன்னேன். அப்புறம்? அடுத்த கேள்வி?"

"குழந்தைகளைக் கடத்தினவன் அவசரத்துல இருந்திருக்காப்பல இருக்குது, இல்லையா கோவிந்த்? முதல்ல ப்ளாஸ்டிக் வாளி எல்லாம் பாறை பின்னால மறைச்ச அப்புறமாதான் ஸெல் பத்தின யோசனை வந்து அதைத் தூக்கி வீசற முன்னாடி அணைக்கக் கூட நேரம் இல்லாம போயிருக்குது, இல்லையா? வீசின வேகத்துல அது உடைஞ் சிடும்னு எதிர்பார்த்திருக்கலாம். நல்ல காலம் அது மண்ணுல விழுந்து உடையல. ஆம் ஐ ரைட்?"

"ஆப்ஸல்யூட்லி தீதி! நாரியல்வாலாதான் கனெக்ஷனை கட் பண்ணியிருக்காரு. வேற என்ன விஷயம் தீதி?"

“கோவிந்த், மூணு சூட்டிகையான பொண்ணுங்க கடத்தறவன் இவ்வளவு செய்யற போது சும்மாவா இருந்திருப்பாங்க?”

“அவன் கிட்ட ஆயுதம் இருந்திருக்கலாம் தீதி. அதனால அவங்க பயந்திருக்கலாம். பணிஞ்சு போயிருக்கலாம். தவிர இடையில ஒரு பத்து நிமிஷம் நாரியல்வாலா கொஞ்சம் தொலைவுல பாத்ரூமுக்குப் போயிருக்காரு. பாத்ரூம்னா கொஞ்சம் தள்ளி ஒரு சுவர் மறைவுதான். அந்தப் பத்து நிமிஷம் முக்கியம் தீதி. அதை அவன் பயன்படுத்தியிருக்கலாம். ஆட்டோக்காரர் வேற தூங்கிக்கிட்டிருந்திருக்காரு. அதனாலதான் யாருக்குமே எதுவும் தெரியலை. தீதி, ஆட்டோக்காரர் அப்புறம் நாரியல்வாலா விசாரணையை இன்னும் நடத்துவோம். அவங்க சொல்லுறதை அப்படியே ஏத்துக்கறதா இல்ல. இப்பத்தான் ஆரம்பம் தீதி. அங்க வீட்டுல லாப்டாப், டெஸ்க்டாப் ஏதாவது இருக்கா தீதி?”

“இருக்கு கோவிந்த்.”

“சோதனை வாரண்ட் கிடைச்சதும் மதியமே அங்க போவோம். அர்ச்சனா மேடம் எப்படி இருக்காங்க?”

“ரொம்பக் கவலையாத்தான் இருக்காங்க. அவங்க வீட்டுக்காரர் எப்படி இருக்காரு?”

“இன்னும் ரெண்டு நாள் ஓய்வு வேணும் அப்படீங்கறாங்க ஹாஸ்பிடல்ல.”

“சரிதான்.”

“அப்புறம் தீதி?”

“அந்த ஸ்கூல் க்ரூப் எல்லாம் அங்க வந்த பின்ன எங்க வீட்டுக்கும் ஒரு தடவை அனுப்ப முடியுமா? சும்மா நானும் அவங்க கூடப் பேசிப் பார்க்கறேனே?”

“ஓகே. அவங்க வீட்டுல ஏதாவது கிடைச்சுதா தீதி? எங்க முயற்சியில என்ன கிடைக்கும்னு தெரியல. விரல் ரேகைப் பதிவுகள் கட்டாயம் கொண்டு வருவோம். அதுவும் எப்படி உதவும்னு தெரியலை.”

“கொஞ்சம் அர்ச்சனாவை கலங்கவிடாம செய்யச் சொல்லுங்க.”

“என் கிட்ட ஸ்பெஷலா ட்ரேய்னிங் எடுத்தவங்கள அனுப்புவேன் தீதி. நானே கூடப் போகலாம். அர்ச்சனா நேத்தே ரொம்பக் கலங்கியிருந்தாங்க, அதனாலதான்.”

“இந்த போலீசுக்கு இல்லாத நல்ல குணமெல்லாம் உங்க மனைவி கிட்ட இருந்துதான் வந்திருக்குது கோவிந்த்.”

“தினம் ஒரு தடவை குட்டாம இருக்க முடியாதே உங்களுக்கு? சரி, அப்புறம் சொல்லுங்க.”

“அவர் தங்கை போட்டோவும், கல்யாணப் பத்திரிகையும் சும்மா கொண்டு வந்தேன். அது பத்தி சொன்னேனே உங்க கிட்ட.”

“அது ஒரு பிரயோசனமும் இல்ல தீதி. அதுக்கும் இதுக்கும் என்ன சம்பந்தம்?”

“தெரியும். இருந்தாலும்... உங்களுக்குத் தெரியுமே, என் குரு ஒரு துரும்புகூட உதவும் அப்படீம்பாரு.”

“அதெல்லாம் அந்தக் கால ஸ்டைல் தீதி. இப்ப எல்லாம் மாறியாச்சு. சரி. ஸ்கூல் க்ரூப்ப அனுப்பறேன்.”

ஆஷிஷை அழைத்து விவரம் கூறினாள்.

❍

[தீபிகாவின் முகநூல் உருவப்படம் ஒரு நிழலில் கரையும் உருவமாக இருந்தது. பிறகு பறவையாகியது. வெறும் வானமாகியது. கடலாகியது. தேன் சொட்டும் பூவாகியது. குடைக்குப் பின் மறைந்த சிறுமியாகியது. தலையில்லா உடலாகியது. வெறும் நீட்டிய கை, ஒற்றைச் செவி, மூடிய கண்கள், தொங்கும் பின்னல் என்று மாறியது. நண்பர்களோடு இருந்த புகைப்படங்களில் அவள் நின்ற நிலையில் விலகல் இருந்தது. முகம் தாழ்ந்திருந்தது. பருமனான ஆஷிஷின் பின் சில சமயம் முற்றிலும் மறைந்துபோனாள் முகத்தின் ஒரு பாகம் மட்டும் தெரிய. தன் தங்கைகளுடன் இருந்த புகைப்படத்தில் அவர்கள் இரு பக்கமும் நிற்க, அவர்கள் இருவர் தோள்களிலும் தன் கைகளை அழுந்தப் பதித்திருந்தாள். பள்ளி விடைபெறு விழாவில் கிளிப்பச்சையும், மென்ரோஜா வண்ணமும் கலந்த புடவையில், புடவைத் தலைப்பு பறக்கும்படி எடுத்த புகைப்படத்தில், தலையை முழுவதும் பின்னால் சாய்த்து, முகம் வானை நோக்க, வெண்கழுத்து பளீரிட, உடனே பறக்க ஆயத்தமாகும் பச்சைக்கிளி போல் இருந்தாள்.]

வித்யாசாகர் ராவ்தே அவள் கூறியதை எல்லாம் பொறுமையாகக் கேட்டார். முகநூலில் தீபிகா எந்த மாதிரி விஷயங்களை எழுதினாள் என்று விசாரித்தார்.

“வழக்கமானவைதான் குருஜி. அந்த வயதுக்காரங்க எழுதறதுதான். வித்தியாசமா எதுவும் இல்ல. கொஞ்சம் கூச்ச சுபாவம்னுட்டுத் தோணுது.”

"ம்."

பிறகு அவர் வேறு எதைஎதையோ பேச ஆரம்பித்தார். யாரோ ஓர் அமெரிக்கப் பெண் தன்னைக் குழந்தையாய் அனாதை ஆசிரமத்தில் விட்டுவிட்டுப் போன தாயை முகநூலில் கண்டுபிடித்தாளாம். தேசப்பிரிவினையின் போது பிரிந்துபோன குடும்பம் ஒன்று முகநூல் மூலம் இணைந்ததாம். இரண்டாம் உலகப் போரில் வதை முகாமில் இறந்துவிட்டார் என்று எல்லாரும் நினைத்த ஒருவரை அவர் சகோதரியின் பெண் கண்டுபிடித்தாளாம் முகநூலில். சில சமயம் எப்போதோ பிரிந்த காதலர்கள் கூட ஒன்றுசேர்கிறார்களாம் முகநூலில். சமீபத்தில், திருமணமே செய்து கொள்ளாத கலைஞர் ஒருவர், அறுபது வயதில் தனக்கான கணவனைத் திடீரென்று கண்டடைந்தது முகநூலில்தானே? அவருக்கும் முகநூல் கணக்கு இருக்கிறதாம். ஆனால் பழைய காதலிகள் ஒருவர்கூட அதில் கிடைக்கவில்லையாம். புதுக் காதலிகளுக்கும் வாய்ப்பு இல்லையாம். எல்லாரும் அவரைத் தாத்தா ஸ்தானத்தில் வைத்துவிட்டார்களாம். சொல்லிவிட்டுச் சிரித்தார்.

வயதுதான் ஆகிவிட்டது என்று நினைத்தாள்.

சிறிது நேரம் கழித்து விடைபெற்றுக்கொண்டு எழுந்து போகும்போது, கதவை எட்டும் முன் கூறினார்:

"பாவம் அந்த ஆள். அவன் அன்பு காட்டறவங்க எல்லாருமே திடீர்னுட்டு மறைஞ்சு போயிடறாங்க."

திடுக்கிட்டு அவரைப் பார்த்தாள்.

கண்ணைச் சிமிட்டினார்.

O

[மலையடிவாரப் பகுதிகளில் இருந்த வீடுகள் மிகப் பழையவை. பல தலைமுறைகள் வாழ்ந்த வீடுகள். ப்ரபுசாகர் நிகம் அந்த ஊரில் ஒரு பெரிய பள்ளியை நிறுவியவர். நகரத்தின் பணக்காரர்கள் தங்கும் இடத்தில் ஒரு வீட்டில் இருக்கலாம் அவர். இருந்தாலும் இந்தப் பரம்பரை வீட்டை விட மனதில்லை. அக்கம்பக்கம் இருந்த வீடுகளில் புதியவர்கள் வந்துவிட்டனர். ப்ரபுசாகரின் குடும்பத்தின் இளைய தலைமுறை வெளிநாடுகளில் இறைந்து கிடந்தது. மனைவி கனடா நாட்டில் உள்ள பெண்ணுக்குப் பிரசவம் பார்க்கப் போனவள் 1985 கனிஷ்கா விமான விபத்தில் கடலில் கலந்துவிட்டாள். அவளுக்குத் தண்ணீர் என்றால் மகாபயம். பெருமழை வந்தாலே முகம் வெளுத்துவிடும். அப்படிப்பட்டவள் தண்ணீரிலேயே

அந்தேரி மேம்பாலத்தில் ஒரு சந்திப்பு

கரைந்துபோனாள். கிளம்பும் சில தினங்களுக்கு முன் அவள் போட்ட கடிதம் பிறகு வந்தது பேத்தியின் அழகைப் புகழ்ந்தபடி; அவரைப் பார்க்கும் ஏக்கம் வந்துவிட்டது என்று மென்மையாகக் காதலை வெளிப்படுத்தியபடி. அதன் பிறகுதான் அவர் மிகவும் தனிமையாக உணரத் தலைப்பட்டார். மலைகளில் நீண்ட நேரம் உலாத்தப் போனார். தவிர ஒவ்வொரு ஆண்டும் நாட்குறிப்பு புத்தகம் ஒன்றை வாங்கி அதில் தினமும் எழுத ஆரம்பித்தார். தினமும் தான் எழுதுவதைப் படிக்கும் போது அவருக்கே பிடித்தது. தான் ஒரு வேளை எழுத்தாளனாகியிருக்கலாமோ என்று எண்ணிக்கொள்வார். 1995 ஆகஸ்டு 23ஆம் தேதி குறிப்பு இப்படி இருந்தது:

இன்று ஒரு வித்தியாசமான நாள்.

வழக்கம்போல் மாலை உலாத்தப் போனேன். அந்தி நேரம். திரும்பி வரும்போது இருட்ட ஆரம்பித்துவிட்டது. மலைச்சரிவில் ஒரு பெரிய புதரிலிருந்து பெருமூச்சும் முனகலும் கேட்டது. ஆடோ மாடோ மேயும் போது கால் தடுக்கி விழுந்திருக்கும் என்று நினைத்தேன். உற்றுக் கேட்டபோது மனிதக் குரலாகப் பட்டது. டார்ச் அடித்துப் பார்த்தேன். பெரிதாக மண்டிக் கிடந்த புதரில் ஒன்றும் தெரியவில்லை. சிரம்பட்டு ஏறி கைத்தடியால் புதரை விலக்கிப் பார்க்க ஆரம்பித்தேன். புதரினுள்ளே ஒரு பெண் கிடந்தாள். ஒரு கால் மடங்கியிருந்தது. என்னைப் பார்த்தும், ஈனக் குரலில், "ப்ளீஸ், உதவுங்கள்" என்றாள். மெல்ல மெல்ல அவளை எழுப்பி நிற்க வைக்கப் பார்த்தேன். ஒரு கால் வீங்கியிருந்தது. வலியில் முனகினாள். சுற்று முற்றும் பார்த்தபடி இருந்தாள். பயந்திருந்தாள். என்னைப் பார்த்துக் கை கூப்பினாள் எதுவும் சொல்லாமல். கண்களிலிருந்து நீர் வழிந்து கன்னங்களை நனைத்தபடி இருந்தது. என் கைத் தடியை அவளிடம் கொடுத்து, மெல்ல நடத்தி, வீட்டுக்குக் கூட்டி வந்தேன். உள்ளறையில் அவளைப் படுக்க வைத்தேன். சூடாகப் பால் தந்து வலியைக் குறைக்க மாத்திரை தந்தேன். மிகவும் களைத்துப் போயிருந்தாள். கண்களை மூடிக்கொண்டாள்.

அரை மணியில் வெளியே தெருவில் கார் ஒன்று வரும் ஓசை கேட்டது. அது நின்றது. தெருவில் ஸ்கூட்டர்களும் மோட்டார் பைக்குகளும்தான் அதிகம். எப்போதாவதுதான் கார் வரும். அதனால் சன்னல் அருகே போய்ப் பார்த்தபோது கறுப்புக் கார் ஒன்று சற்றுத் தூரத்தில் இருந்தது. ஓர் இளைஞன் இறங்குவது மங்கல் தெரு விளக்கில் தெரிந்தது. காரின் முன் விளக்குகளை மலைச் சரிவில் படர்ந்து கிடந்த புதர்கள் மேல் பாய்ச்சிப் பாய்ச்சிப் பார்க்க முற்பட்டான். சில வீட்டுக் கதவுகள் திறந்தன.

அவர்களிடம் எதையோ கேட்டான். பல டார்ச் விளக்குகளுடன் எட்டு பத்து நபர்கள் எட்டும் வரை உள்ள புதர்களில் பார்க்க முற்பட்டனர். சற்று நடந்தபடி வந்தவன் சன்னல் அருகே நின்ற என்னைப் பார்த்து, "ஸாஹேப், ரெண்டு மணி நேரத்துக்கு முன்னால இங்க ஏதாவது பார்த்தீங்களா?" என்றான்.

"ஏதாவது அப்படீன்னா என்ன?"

"ஒரு பொண்ணு இங்க எங்காவது . . ."

"பொண்ணா? ஆடு மாடுதான் எப்பவாவது விழுந்துடும். மனுஷங்க இதுவரைக்கும் விழுந்தது கிடையாது" என்றுவிட்டு மேலே நான் கேட்கும் முன் அவன் வெடுக்கென்று திரும்பி தன் காரை நோக்கி நடக்க முற்பட்டான்.

அவனிடம் அப்படிச் சொல்லிவிட்டுத் திரும்பியதும் அந்தப் பெண் கைத்தடியுடன் நின்று கொண்டிருந்தாள் சோபா அருகே. முகம் முற்றிலும் வெளுத்துக் கிடந்தது.

வெளியே கார் கிளம்பிப் போகும் சத்தம் கேட்டது.

அவளை ஆசுவாசப்படுத்திவிட்டு மீண்டும் உள்ளே கூட்டிக்கொண்டு போனேன். டாக்டர் ஹரிதாஸ் ஆஸ்பத்திரியிலிருந்து வீடு வரும் நேரம்தான். தொலைபேசியில் எல்லாவற்றையும் விளக்குவதை விட வீடு அடுத்த தெருதானே நேரிலேயே போய்ப் பேசி, கூட்டிவரலாம் என்று தோன்றியது. அவளிடம் ஓய்வு எடுக்கச் சொல்லிவிட்டுத் தெருவில் இறங்கினேன்.

அன்று ஹரி வர நேரமாகிவிட்டது. அவனிடம் எல்லாவற்றையும் விளக்கிக் கூட்டி வந்தேன். அவள் வந்து திறக்கச் சிரமப் படுவாளே என்று மணி அடிக்கவில்லை. சாவியினால் திறந்து உள்ளே வந்து உள்ளறைக்குப் போனபோது அங்கு அவள் இல்லை! சமையலறை, மற்ற அறைகளில் தேடினேன். மறைந்து போயிருந்தாள்! வீட்டின் பின் கதவு தாழ்ப்பாள் திறக்கப்பட்டு வெறுமே மூடி இருந்தது. என் கைத்தடியும் மறைந்து போயிருந்தது! ஹரிதான் மேசை மேல் இருந்த காகிதத்தைக் காண்பித்தான். "மிக்க நன்றி" என்று மேசை மேல் கிடந்த ரசீது ஒன்றின் பின்னால் எழுதியிருந்தது. அதன் மேல் என் கறுப்புப் பேனா வைக்கப் பட்டிருந்தது.]

வெகு நேரம் ஹர்ஷிதாவின் புகைப்படத்தைப் பார்த்தாள். பிறகு அந்தத் திருமண அழைப்பிதழைப் பார்த்தாள்.

ஸ்டெல்லாவிடம், "ஸ்டெல்லா, பூஜாவுக்கு ஒரு 'கால்' போடு" என்றாள்.

ஸ்டெல்லா எண்களை அழுத்திவிட்டு இவளிடம் தந்தாள்.

பூஜாதான் தொலைபேசியை எடுத்தாள்.

"பூஜா, நான் சுதா."

"சொல்லு, ஜய்பூர் வரயா?"

"இல்லை. ஒரு சின்ன உதவி."

"என்னை எதுலயும் மாட்டிவிட மாட்டியே?"

"இல்லவே இல்லை. கே.ஸி. ஸ்ரீவாத்ஸவ்னுட்டு ஒருத்தர். அவர் டெலிஃபோன் எண் வேணும்."

"ஏய், ஜெய்பூர்ல ஏகப்பட்ட ஸ்ரீவாஸ்தவ்கள். கே ஸிக்கு என்ன விரிவாக்கம் தெரியுமா?"

"தெரியாது. ஆனால், அவர் முகவரி உண்டு."

"சரி, அது ரொம்ப உதவும். எப்போ வேணும்?"

"இப்பவே."

"சரி. முயற்சி செய்யறேன்."

கைபேசியை வைத்தாள்.

சரியாகப் பதினைந்து நிமிடங்களில் கூப்பிட்டாள். எண்களைத் தந்தாள்.

ஸ்டெல்லா தொடர்பு கொண்டு, பேசுவது கே.ஸி. ஸ்ரீவாத்ஸவ் என்று உறுதி செய்துகொண்டு இவளிடம் தந்தாள். "ரொம்ப வயதானவர்போல இருக்குது" என்று மெல்லக் கூறினாள்.

"நமஷ்கார் ஸ்ரீவாத்ஸவ்ஜி."

"நமஷ்கார். நீங்கள் யாரென்று தெரியவில்லை" என்று ஆங்கிலத்தில் பதில் வந்தது சம்பிரதாயத் தொனியில்.

"என் பெயர் சுதா குப்தா. என் கணவரும் உங்கள் மகனும் ரொம்ப வருடங்களுக்கு முன் சிங்கப்பூரில் சேர்ந்து வேலை செய்தார்கள்."

"சொல்லுங்கள்."

"ரொம்ப நாளாயிற்று. தொடர்பு விட்டுப் போய்விட்டது. அவர் இப்போது எங்கே?"

"அங்கேயேதான். அதே கம்பெனியில்தான்."

"எப்படி இருக்கிறார்? இடையில் திருமணம் நின்று போய்விட்டது என்று கேள்விப்பட்டோம்."

"ஆமாம். அது ஒரு மோசமான சம்பவம். மானமே போய்விட்டது. பெண் ஓடிப் போய்விட்டாள்."

"யாரோடு?"

"யாருக்குத் தெரியும்? எல்லாரும் வம்பு பேச ஒரு விஷயமாகி விட்டது."

"உங்கள் மகன் எண் வேண்டுமே?"

"மொபைல் எண்தான் தெரியும். அதை அவன் அனுமதியில்லாமல் யாருக்கும் தரக் கூடாது என்று சொல்லியிருக்கிறான்."

"சரி, பரவாயில்லை. அவர் பாவம் இந்தச் சம்பவத்தால் மிகவும் பாதிக்கப் பட்டிருப்பார்."

"அது நடந்து 15 வருடங்கள் ஆகிவிட்டதே? தவிர, அவன் எதையும் வெளியில அதிகம் காட்டிக்கொள்ள மாட்டான். இது இப்படி ஆனதாலோ என்னவோ மூணே மாதத்தில் யாரோ ஒரு பெண்ணை ரிஜிஸ்தர் கல்யாணம் பண்ணிக்கொண்டு வந்து நின்றான். காதலாம்."

"உங்களுக்குக் கடைசியில் ஒரு மருமகள் வந்துவிட்டாளே?"

"முதலில் நிச்சயம் பண்ணிய பெண் ரொம்ப அழகாம். அப்போது என் கண்ணில் காடராக்ட். அவள் வெறும் புகையாய்த்தான் தெரிந்தாள். இவளும் சரியாகத்தான் இருந்தாள். என்ன காதலோ என்னவோ! விடுங்கள். எனக்கு வயது 85 ஆகிவிட்டது. நான் இது பற்றி எல்லாம் பேசுவதே இல்லை. ஐந்து வருடம் முன்னால் வரை வருடத்துக்கு ஒரு தடவை சிங்கப்பூர் போவேன். இப்போ முடியவில்லை. ஃபோனில் பேசுவதோடு சரி. அவனுக்கு மூச்சு விடக்கூட நேரமில்லை. இங்கே வருவதே இல்லை. அவளும் வேலை செய்கிறாள் ஏதோ ஸ்கூல்ல. குழந்தைகளும் படிப்பு அது இது என்று . . ."

"உங்களைத் தொந்தரவு செய்து விட்டேன். மன்னியுங்கள்."

"இல்லை பேட்டி. அதனால் பரவாயில்லை. நமஷ்கார்."

தொடர்பைத் துண்டித்தார்.

திருமண அழைப்பிதழில் மணமகனின் கம்பெனியின் பெயர் இருந்தது. இந்த வழியில் செய்யும் விசாரணை எங்கு இட்டுப் போகும் என்று தெரியவில்லை. தலையை கவிழ்த்துக் கொண்டு கொஞ்சம் யோசித்துவிட்டு, கம்பெனியின் பெயரை ஸ்டெல்லாவிடம் தந்து கூகிளில் பார்க்கச் சொன்னாள். ஐந்தே

நிமிடங்களில் முகவரி, தொலைபேசி எண், வரைபடம் எல்லாம் கிடைத்தன. அதிலுள்ள எண்ணுடன் தொடர்பு கொண்டாள். கம்பெனியின் பெயரை ஓர் இயந்திரக் குரல் அறிமுகப்படுத்தியது. பிறகு இதுவானால் இது, இல்லையானால் அது என்று பல தகவல்களைக் கூறிக்கொண்டே சென்றது. எல்லாவற்றுக்கும் முடிவில் ஒரு மனிதக் குரல் கேட்கும் என்ற நம்பிக்கையை முற்றிலும் இழந்தபோது ஒரு மனிதக் குரல்,

"நான் உதவலாமா?' என்றது.

"இந்தக் கம்பெனியின் இஞ்சினீயர் ஷரத் ஸ்ரீவாத்ஸவாவுடன் தொடர்பு கொள்ள வேண்டும். இந்தியாவிலிருந்து அழைக்கிறேன்."

"சிறிது காத்திருங்கள்" என்றுவிட்டு அவள் இணைக்க முற்படுவது தெரிந்தது. பியானோவில் சைகாவெஸ்கியின் இசை ஓடியது சிறிது நேரம்.

பிறகு குரல் வந்தது.

"ஹலோ, ஷரத் ஸ்ரீவாத்ஸவ் ஹியர். எந்த வகையில் உங்களுக்கு உதவி புரிய வேண்டும்? இந்தியாவிலிருந்து அழைக்கிறீர்கள் என்றார்கள்."

குரலில் அதிகக் கறார்த்தன்மை இருக்கவில்லை. சிநேகபாவம் இருந்தது.

"ஆமாம். தொந்தரவுக்கு மன்னிக்கவும். நான் ஒரு ப்ரைவேட் டிடெக்டிவ். என் பெயர் சுதா குப்தா."

"வாட்?" என்று ஒரு கூச்சல் எழுந்தது மறு பக்கம். "என்னை ஏன் தொடர்பு கொள்கிறீர்கள்?" என்று அதன்பின் கேட்டபோது குரலில் விலகல் இருந்தது. தொடர்பை அவர் துண்டித்து விடலாம் என்று தோன்றியது.

"பதற்றப்படாதீர்கள் மிஸ்டர் ஸ்ரீவாத்ஸவ். ஒரு வழக்கில் இது எப்படியாவது உதவுமோ என்று ஒரு நம்பிக்கை. உதவாமலும் போகலாம். ப்ளீஸ், ஒரு பத்து நிமிடங்கள் பேசலாமா?"

"என்ன வழக்கு சுதாஜி? இதோ பாருங்கள், இது எதிலும் இழுபட எனக்கு நேரம் இல்லை; விருப்பமும் இல்லை. ப்ளீஸ்."

"ஓர் ஐந்து நிமிடங்கள் மிஸ்டர் ஸ்ரீவாத்ஸவ். ப்ளீஸ் . . ."

"சரி, கேளுங்கள். இதை நீங்கள் பதிவு செய்கிறீர்களா?"

"இல்லை இல்லை, கவலைப் படாதீர்கள்."

கடந்த இரண்டு நாட்களில் நடந்தவற்றை அவரிடம் கூறினாள். எந்தத் தடயமும், இப்படிப்பட்ட திடீர் மறைவுக்கான

காரணங்களும் இல்லாதபோது ஒரு வேளை ஏதாவது இழை ஒன்று கையில் சிக்கலாம் என்று பதினைந்து வருடங்கள் முன்பு நடந்த சம்பவத்தைக் கோக்க முயல்கிறாள் என்று விளக்கினாள். அவர் தந்தையுடன் பேசியதைக் கூறினாள். அவர் அவள் கூறுவதை இடைமறிக்காமல் கேட்டார். அவர் திருமணம் நின்று போனது பற்றிக் கேட்டாள்.

"ஆமாம். என் அந்தத் திருமணம் நின்றுபோய்விட்டது. அந்தக் குடும்பத்துடன் எனக்குத் தொடர்பில்லை" என்றார்.

அவள் மௌனமாக இருந்தாள்.

"நான் பிறகு திருமணம் செய்துகொண்டேன்" என்றார் மெல்ல.

"உங்கள் தந்தை சொன்னார். உங்கள் காதலியை, இல்லையா?"

"ஆமாம். அவள் பெயர் ஹர்ஷிதா."

இந்த முறை கூச்சலிட்டது அவள்.

○

[அது ஒரு பெரிய விஷயமில்லை என்று அவனுக்குப் பட்டது. அதனால்தான் ஆஷிஷ் அது பற்றிக் கூறவில்லை. அனுபமா ஒரு நாளுக்கு இருபது நகைச்சுவைத் துணுக்குகளாவது குறுஞ் செய்தியாய் அனுப்புவாள். ஷ்ரேயா இரவு ஒரு மணிக்குக் கூடக் கூப்பிட்டு கிக்கிக்கி என்று சிரித்தபடி எதையாவது கூறுவாள். நர்மதா அவனுடைய நெருங்கிய தோழி. அவளைத்தான் காதலிக்கிறான். அவளும் அவனைக் காதலிக்கிறாள். இது இரண்டு பேர் வீட்டிலும் தெரியாது. ஆனால் அவர்கள் குழுவில் எல்லாருக்கும் தெரியும். அவர்கள் எல்லாரையும் விடப் பெரியவளாக நடந்துகொண்டாள் தீபிகா. எல்லாருடனும் இருப்பாள். அவர்கள் கூறுவதைக் கேட்பாள். சிரிப்பாள். பேசுவாள். விளையாடுவாள். ஆனால் ஏதோ ஒரு வகையில் விலகி இருப்பாள். நெருங்க மாட்டாள். எல்லாரும் அவளுக்கு நண்பர்கள். ஆனால் அவள் சில சமயம் மிகவும் விசித்திரமாக நடந்துகொண்டாள். உல்லாசப் பயணம் போனபோது எல்லாரும் நீச்சல் குளத்தில் கும்மாளம் போட்டார்கள். அவளும் கலந்துகொண்டாள். இரண்டொரு முறை தடை செய்யப்பட்ட ஆழமான பகுதிக்குப் போக முற்பட்டாள். அவன்தான் கூவி அழைத்து எச்சரிக்கை செய்தான். அவள் அப்படி ஆழமான பகுதிக்குப் போக முற்பட்டது எதேச்சையாக நடந்தது இல்லை என்று தோன்றியது. கேட்டான் அவளிடம். அவள் பதில் கூறவில்லை.]

“அதிர்ச்சியாகி விட்டதா?” என்று கேட்டார் ஷரத் ஸ்ரீவாத்ஸவ்.

“ஆமாம்.”

“அது ஒரு பெரிய கதை.”

“என்னிடம் ஹர்ஷிதா பேசுவார்களா?”

“ஹர்ஷிதாவிடம் பேசுவது எந்த வகையில் உதவும்?”

“பார்க்கப்போனால் அது எப்படி உதவும் என்று தெரியவில்லை.”

“சரி, நீங்கள் ஹர்ஷிதாவிடம் பேசிப் பாருங்கள். அவளே தீர்மானிக்கட்டும். ஸ்கைப் இணைப்பு இருக்கிறதா உங்களிடம்?”

“இருக்கிறது.”

ஹர்ஷிதாவின் ஸ்கைப் அடையாளம் கூறிவிட்டு இரவு பத்து மணி அளவு தொடர்பு கொள்ளும்படிக் கூறினார்.

“தாங்க்ஸ் அ லாட். இரவு பத்து மணிக்கு ஸ்கைப்பில் பேசுகிறேன் ஹர்ஷிதாவிடம். உங்களுக்குத் தொல்லை தந்ததற்கு மன்னிக்கவும்.”

“நாட் அட் ஆல். அந்த மூன்று குழந்தைகளைக் கண்டு பிடிக்க இது எந்த வகையிலாவது உதவும் என்றால் இது எந்தத் தொல்லையும் இல்லை. தவிர நீங்கள் தவறான நபர் இல்லை என்று தோன்றுகிறது எனக்கு. ஆல் த பெஸ்ட்” என்றார்.

ஸ்டெல்லா இவளைப் பார்த்தபடி அமர்ந்திருந்தாள். அவள் கிளம்புவதற்கான நேரம் ஆகிவிட்டது.

சுதா சற்றுக் குழம்பியவளாக இருந்தாள். வேறு ஏதோ திசையில் போய்க்கொண்டிருக்கிறாளா என்ன? மேலும் இது அவள் வழக்குக் கூட இல்லை. கோவிந்தும் அவர் குழுவும் எடுத்துக்கொண்டிருப்பது. அர்ச்சனா அவளிடம் முயற்சி செய்யும்படி வேண்டிக்கொண்டது மீண்டும் மீண்டும் நினைவுக்கு வந்தது. இந்த இரவு முயற்சி கடைசியாக இருக்கட்டும். பிறகு கோவிந்த்தை அவர் வேலையைச் செய்ய விடலாம் என்று நினைத்தாள்.

செல்லம்மாள் வந்தாகி விட்டது. ஸ்டெல்லா எழுந்து போய் அவளே லவங்கப்பட்டை தேநீர் கொண்டு வந்தாள்.

“சுதாம்மா, இரவு நான் தங்கவா?” என்றாள்.

“ஏன் ஸ்டெல்லா?”

"ஸ்கைப் கனெக்ஷன் எல்லாம் போட்டுக் கொடுக்க."

"அருணா செய்வாள்."

"நானும் இருக்கேனே சுதாம்மா?"

"ஏய், காலை வரை காத்திட்டிருக்க முடியலையா?"

"காத்திட்டிருக்கலாம் கொஞ்சம் பரபரப்பா இருக்குது. ஆனா சாரும் இல்லையே? நான் இருந்தா தொந்தரவா இருக்காதே? என்றாள்."

"சரி, இரு. உன் அம்மா கிட்டச் சொல்லிடு" என்றாள்.

செல்லம்மாளுக்குப் பாம்புச் செவி. ஸ்டெல்லாவுக்குப் பிடித்த கரம் மசாலா கலந்த மசித்த உருளைக்கிழங்கு அடைத்த குடமிளகாய் செய்ய ஆரம்பித்தாள்.

இரவு பத்து மணிக்கு ஸ்கைப் தொடர்பு ஏற்பட்டபின் கணினியின் திரையில் ஹர்ஷிதாவின் உருவம் தெரிந்தது.

◯

[இரண்டு முறை முயன்றும் பயனில்லாமல் போயிற்று. ஆஷிஷ் குறுக்கிட்டு விட்டான். அவளுக்கு வாழ விருப்பமில்லை. அந்த நீச்சல் குளத்தின் ஆழத்தில் புதைந்து விடத்தான் விரும்பினாள். 'வாழ்க்கை மிகவும் கொடூரமானது. அது நெளியும் புழு போல் உடலில் ஊர்வது. சாக விரும்புகிறேன் . . .' என்று முதன் முறையாகப் பள்ளி நோட்டுப்புத்தகம் ஒன்றின் கடைசிப் பக்கத்தில் எழுதினாள். இன்னும் எழுத ஆரம்பித்தபோது முதுகின் பின்னாலிருந்து அம்மா கூவுவது கேட்டது. திடுக்கிட்டுத் திரும்பியபோது, "என்ன இது? என்ன இது?" என்று உலுக்கினாள் அம்மா. அம்மா தொட்டதும் பொளிந்துபோனாள். அம்மாவிடம் கூறினாள். பதிலுக்கு அம்மா அவளைக் கொல்வது போல் பார்த்துவிட்டு, நோட்டுப் புத்தகத்தின் அந்தப் பக்கத்தைக் கிழித்துப்போட்டாள். "இதெல்லாம் அப்பா காதுல விழுந்தால் எவ்வளவு கஷ்டப்படுவார் தெரியுமா? உட்கார்ந்து படி" என்று முதுகில் கையை வைத்து ஆத்திரத்துடன் அழுத்தி உட்கார்த்தினாள். அறையை விட்டுப் போனாள். த்ருவ் மெல்ல உள்ளே வந்து அவள் அழுவதைப் பார்த்தபடி நின்றான்.]

ஹர்ஷிதா புகைப்படத்தில் இருப்பது போலவே அழகாக இருந்தாள். கரம் கூப்பினாள். ஆங்கிலத்தில் பேச ஆரம்பித்தாள்.

"நீங்கள் என்னுடன் பேச விரும்பினீர்களாம்."

"ஆமாம். என் பெயர் சுதா குப்தா. இது என் அஸிஸ்டென்ட் ஸ்டெல்லா."

அந்தேரி மேம்பாலத்தில் ஒரு சந்திப்பு   ❋   47   ❋

“ஹலோ.”

“மன்னிக்கவும். உங்களைத் தொந்தரவு செய்கிறோம். இதற்கும் இந்தக் கேசுக்கும் என்ன சம்பந்தம் என்றுகூடத் தெரியாமல் தொல்லை தருகிறோம்.”

“இருக்கட்டும். என்ன பேச விரும்பினீர்கள்? என் பெயரோ நான் சொல்வதோ நேரிடையாக உபயோகப்படுத்தப் படாது என்றால் மட்டுமே நான் பேசுவேன். குழந்தைகளுக்காக மட்டும்தான் பேசச் சம்மதித்தேன்.”

“ஒரு வேளை இது ரொம்ப முக்கியமான விதத்தில் உதவும் என்றால்கூட உங்கள் அனுமதி இல்லாமலோ, உங்கள் முழுச் சம்மதம் இல்லாமலோ பயன்படுத்த மாட்டோம். நீங்கள் சொல்வதை நான் தகுந்த நபர்கள் கிட்டே சொன்ன பிறகு, அவர்கள் உங்களை அணுகினால் நீங்கள் ஒத்துழைப்பீர்கள் இல்லையா? மூன்று அருமையான பெண் குழந்தைகளுக்காக இதைச் செய்ய மாட்டீர்களா?”

“அவர்களுக்காகத்தானே நான் ஒத்துக்கொண்டதே? சரி, கேளுங்கள்.”

“உங்கள் நின்றுபோன திருமணத்துக்கு முன் என்ன நடந்தது? ஏன் சொல்லாமல் மறைந்துவிட்டீர்கள்?”

“ஒருவன் எனக்கு வெகுவாகத் தொல்லை கொடுத்து வந்தான். அவன் பிடியில் நான் இருந்தேன். நான் ரொம்ப பயந்தாங்கொள்ளியாக இருந்தேன். யார் கிட்டேயும் சொல்ல பயம். என் திருமணம் அவனுக்குப் பிடிக்கவில்லை. நானே அதை வேண்டாம் என்று சொல்லி நிறுத்த வேண்டும் என்று வற்புறுத்தினான். மலைப் பாதையில காரில் கூட்டிப் போய் பயமுறுத்தினான். ஒரு திருப்பத்தில் கீழே பள்ளத்தாக்கில் குதித்துவிட்டேன். ஒன்றும் தோன்றவில்லை பதற்றத்தில் . . .”

சற்று நிறுத்தினாள். கண்களை மூடிக்கொண்டாள். அதை மீண்டும் மனத்தில் ஓட விடுபவள் போல.

“ஒரு பெரியவர் என்னைக் காப்பாற்றினார். விழும்போது ஒரு கால் மடங்கி விட்டதால் பெரிதாக வீங்கியிருந்தது. என்னைத் துரத்தி வந்த அவனிடமிருந்தும் என்னைக் காப்பாற்றினார் அந்தப் பெரியவர். அவர் டாக்டரை அழைத்து வரப் போன போது நான் வெளியேறி விட்டேன் பின் பக்கக் கதவு வழியாக. அறையில் ஃபோன் இருந்தது. ஷரத்தைக் கூப்பிட்டேன். அவர் வந்து அழைத்துப் போனார். பாவம், அந்தப் பெரியவரின் கைத்தடியையும் எடுத்து வந்துவிட்டேன் ஊன்றிக்கொள்ள.

இன்னமும் அதை வைத்திருக்கிறேன் அந்த நல்லவரின் நினைவாக. ஜெய்பூரில் ஷரத்தின் நண்பர்கள் வீட்டில் தங்கினேன். மூன்று மாதம் சிகிச்சை நடந்தது. எல்லாம் ரகசியமாகச் செய்தோம்.”

“அது எப்படி ஷரத்துக்கு நீங்கள் . . .”

“அவர் என்னைப் பெண் பார்க்க வந்த பிறகு அவரிடம் எல்லாம் சொல்லிவிட்டேன். அவருக்குத் தெரியும்.”

“இல்லை, நீங்கள் ஷரத்துக்கு ஏன் ஃபோன் செய்ய வேண்டும்?”

“திரும்ப வீட்டுக்குப் போனாலும் இதைச் சொல்ல முடியாது. நானே எனக்கு விருப்பமில்லை என்று சொல்லிக் கல்யாணத்தை நிறுத்த வேண்டி வரும். அதை அவர்கள் தாங்க மாட்டார்கள். ஒரேயடியாக நான் தொலைந்து போய் விட்டால் அது ஒரு மர்மமாகவே இருந்துவிடும்.”

“அவ்வளவு தூரம் அந்த ஆளிடம் பயந்தீர்களா? அப்படி என்னதான் செய்தான் அந்த ஆள் அப்படிப் பயப்பட?”

ஹர்ஷிதா உடனே பதில் சொல்லவில்லை. பிறகு மெல்லக் கூறினாள்:

“என் பனிரெண்டு வயதிலிருந்து அவன் என்னை வதைத்து வந்தான். பயமுறுத்தி வந்தான்.”

“வதைத்தான் என்றால் . . .?”

“பாலியல் ரீதியாக . . .”

சிறிது நேர மௌனத்துக்குப் பிறகு சுதா கேட்டாள்:

“ஓர் ஆசாமி உங்களைத் தொந்தரவு செய்கிறான். பாலியல் ரீதியாக வதைக்கிறான். ஷரத் என்ன இருந்தாலும் ஒரு மூன்றாவது நபர். அவ்ரிடம் சொன்னதை அண்ணனிடம் சொல்லக் கூடாதா? உங்கள் மேல் உயிரையே வைத்த அண்ணன் அவர். உங்கள் பெற்றோர்கள் உடைந்து போய்விட்டார்களாம். ஏதோ ஒரு நபருக்கு பயந்து அவர்களைக் கஷ்டப்படுத்திவிட்டீர்கள் . . . மன்னிக்கவும். நான் கொஞ்சம் அதிகமாகப் பேசுகிறேனா?”

“இல்லை மேம். நீங்கள் கேட்டதில் தப்பில்லை. அந்த நபர் பற்றி யாரிடமும் சொல்ல முடியவில்லை. அவர்களால் புரிந்துகொள்ள முடியாது என்று தோன்றியது. ரொம்ப மானம் மரியாதை பார்க்கும் குடும்பம். என்னையே என்னால் ஏற்றுக்கொள்ள முடியவில்லை அப்போது. நான் ஒரு முழு மனுஷியாக ஷரத்தான் காரணம்.”

"உங்கள் உயிர் அண்ணனிடம் கூடவா சொல்ல முடியவில்லை? அவர் உதவியிருப்பாரே? பைத்தியம் பிடித்தவர் போல் ஆகிவிட்டாராம் அதற்குப் பிறகு."

"அவரால் கட்டாயம் உதவியிருக்க முடியாது. ஏனென்றால் பனிரெண்டு வயதிலிருந்து என்னை வதைத்த நபர் என் அண்ணன்தான்."

ஹர்ஷிதா வாயடைத்துப் போன சுதாவைப் பார்த்தாள். கண்களில் கண்ணீர் குளம் கட்டியிருந்தது.

"தங்கையே அழுக்காகி விட்டால் எங்கே போய் பாவத்தைக் கரைக்க?" என்றாள் ஹிந்தியில், விம்மியபடி.

○

[நாட்டிலேயே மகாராஷ்டிரத்தில், மிகக் குறைவான குற்றத் தீர்ப்புகள் வருவதற்குக் காரணம் போலீஸ் விசாரணைக் குழு தடய இயலைச் சார்ந்த ஆதாரங்களைச் சரிவரச் சேகரிக்காமல் இருப்பதுதான். மிகவும் கவனத்தைக் கவரும் வழக்குகளைத் தவிர மற்ற வழக்குகளில் இந்தத் தடயங்களைப் போலீஸ் சேகரிப்பதே இல்லை. புனேயில் போலீஸ் அகாடமி இருந்தும் மருத்துவம் சார்ந்த தடயங்களில் போலீஸ் அக்கறை காட்டுவதில்லை. சாட்சிகளை விசாரிப்பதில் நேரம் செலவிடுகிறார்கள். – ஒரு செய்தி.

கோவிந்த் ஷெல்கே இதற்கு ஒரு விதிவிலக்காக இருந்தார். மருத்துவம் சார்ந்த குருதி மாதிரிக் கூறுகள், முடி முட்டுப்பை, விரல் ரேகைகள், சிகரெட் துண்டுகள், காலணி அடையாளங்கள், குரல்கள் போன்ற தடயங்களைச் சோதனைச் சாலையிலும், கணினி மூலமாகவும் ஆய்வு செய்யும் டாக்டர் சொரூபா ஹெக்டேயுடன் சேர்ந்து திறம்படச் செயல்பட்டார். முக்கியமாக விரல் ரேகைத் தடயங்களை உலோகப் பொடிகள், திரவங்கள், ஆவிப் பொருட்கள் என்ற வழக்கமான பொருட்களை உபயோகித்து முதலில் டிஜிடல் காமராவில் பதிவு செய்த பின், ஒட்டு நாடாவில் மிகவும் லாவகமாக விரல் ரேகைகளில் உள்ள சுழிகள், சுருள்வு, அலை வளைவு இவற்றைச் சிறிதும் அழிக்காமல் பதிவு செய்வது அவருக்குக் கைவந்திருந்தது. சமீபத்தில் ஸ்காத்துலாந்து யார்ட் போலீஸார் தந்த விசேஷப் பயிற்சியிலும் அவர்கள் இருவரும் இருந்தனர். அப்போதுதான் கண்டுபிடிக்கப்பட்டிருந்த ஜெலடினில் உள்ள ஒட்டுநாடாவைப் போலவே இருந்த ஒட்டுத் தகட்டில் விரல் ரேகைகளைப் பதிவு செய்து பின்னர் அதை ரசாயன மாற்றங்களுக்கு உட்படுத்தும்போது அது பல வண்ணங்களில் ஒளிரும். அதன்

மூலம் குறிப்பிட்ட நபர் நீரிழிவு வியாதி உள்ளவரா, சிகரெட் பிடிப்பவரா, மரக்கறி உணவு உட்கொள்பவரா என்பதைக் கூடக் கண்டுபிடித்து விடலாம். அந்த முறையை இன்னும் பயன்படுத்த ஆரம்பிக்கவில்லை அவர்கள். எல்லா வழக்குகளிலும் தடயவியலை ஓர் அங்கமாக கோவிந்த் ஆக்குவது காவல் நிலையத்தில் இருந்த மற்றவர்களைச் சிடுசிடுக்க வைத்தது. சிரிக்கவும் வைத்தது. டாக்டர் சொரூபா ஹெக்டேயின் உதவியை இந்த வழக்கிலும் நாடியிருந்தார்.]

காலையில் முதலில் தொலைபேசி மூலம் தொடர்பு கொண்டது ஆஷிஷ்தான். சுதாவைத்தான் தொடர்பு கொண்டான். போலீஸ் என்றால் ஒரு பயம் இருந்தது அவனுக்கு.

“ஆன்ட்டி, ஒரு விஷயத்தை நான் உங்க கிட்ட சொல்லலை.”

“என்னது?”

நீச்சல் குளத்தில் நடந்ததைக் கூறினான்.

“ஆன்ட்டி, இது என் மனத்தில் இருந்தது. இது முக்கியம் இல்லாமல் இருக்கலாம். ஆனாலும் உங்க கிட்டச் சொல்லிட்டேன்.”

“தாங்க்ஸ் ஆஷிஷ்.”

கைபேசியை வைத்தவுடன் மீண்டும் ஒரு முறை ‘ஓரே மனுவா தூத்தோ பாவ்ராரே’ என்றது.

இந்த முறை பேசியது அர்ச்சனா.

போலீஸ் வந்து சோதனை போட்டது பற்றிச் சொன்னாள். பிறகு, “தீதி, ஒரு விஷயம் . . .” என்று தயங்கினாள்.

“என்ன அர்ச்சனா?”

“இது சின்ன விஷயம்தான். இருந்தாலும் . . .”

“சொல்லுங்க அர்ச்சனா.”

“குழந்தைகள் சில சமயம் அசட்டுப்பிசட்டுன்னுட்டு எதாவது சொல்லுவாங்க . . .”

“யார் சொன்னாங்க அர்ச்சனா?”

“தீபிகாதான்” என்றுவிட்டு, தீபிகா நோட்டுப் புத்தகத்தில் எழுதியதைப் படித்துவிட்டு அவளைக் கோபத்துடன் உலுக்கி விசாரித்ததாகவும் அவள் எதையோ உளறியதாகவும் கூறினாள்.

“என்ன உளறினாள் அர்ச்சனா?”

“வெறும் உளறல். அவள் அப்பா ராத்திரி அவள் ரூமுக்கு வந்து அவள் கிட்ட தப்பா நடந்துக்கறாராம்.”

"என்னது?!"

"அது வெறும் கனவா இருக்கும். ரெண்டு வருஷமா அவர் ராத்திரி தூக்க மாத்திரை போட்டுட்டுத் தூங்கறாரு."

"இருங்க, இருங்க அர்ச்சனா . . ." என்று இடைமறித்தாள். முகத்தில் வியர்வைத்துளிகள் அரும்பத் தொடங்கின. சற்று ஆசுவாசப்படுத்திக்கொண்டு பேசினாள்.

"கொஞ்சம் தெளிவா திருப்பிச் சொல்லுங்க."

"அதுதான் சொன்னேனே? அவள் அப்பா ஏதோ தப்பா நடந்துக்கறாராம் ராத்திரி அவ ரூமுக்கு வந்து. தீபிகா சொன்னா. ஏதோ உளறல்னுட்டு நினைக்கிறேன். இப்போ இவங்க வந்து அவள் டயரி ஏதாவது உண்டா அப்படி எல்லாம் விசாரிச்ச போது இது நினைவுக்கு வந்தது. அவங்க கிட்டச் சொல்ல என்னமோ மாதிரி இருந்தது. உங்க கிட்டச் சொல்றேன். ஒண்ணும் புரியலை தீதி. இதைச் சொல்லணுமா இல்லையான்னுட்டுக் கூடத் தெரியலை. பாவம் மனுஷர் தூக்க மாத்திரை போட்டுட்டுத் தூங்கறவர் . . ." விசும்பும் ஒலி கேட்டது.

"அழாதீங்க அர்ச்சனா."

"ஒண்ணும் புரியலை தீதி . . ."

"சரி, அப்புறமா பேசலாமா?"

"இல்லை தீதி, இப்ப பேசலாம்."

"சரி, நல்லா யோசிச்சுச் சொல்லுங்க. தூக்க மாத்திரை எப்பப் போட்டுப்பாரு?"

"என்ன கேள்வி இது தீதி? தூக்க மாத்திரை எப்ப போட்டுப்பாங்க? தூங்குறதுக்கு முன்னாலதான். அவரே பாலைச் சூடாக்கி, ரெண்டு கிளாஸ்ல ஊத்தி, ஒண்ணு எனக்கும் ஒண்ணு அவருக்கும் கொண்டு வருவார். நான் சரியா என் உடம்பைக் கவனிக்கறது இல்லைனுட்டு குறை அவருக்கு. வீட்டு வேலை, குழந்தைகள்னுட்டு ஒரே அலையறேன் அப்படீம்பாரு. ஹார்லிக்ஸ், போர்ன்விடா குழந்தைகளுக்கு வாங்கினதை நானும் குடிக்கணும் என்பாரு. அவர் சொல்றதும் சரிதான். அப்படி ராத்திரி சூடா ஏதாவது குடிக்க ஆரம்பிச்ச பிறகு நானும் நல்லாத் தூங்க ஆரம்பிச்சேன் . . ."

"அர்ச்சனா . . ." என்று கனிவுடன் கூப்பிட்டு மிகவும் மிருதுவான தொனியில் கூறினாள். "அவர் தூக்க மாத்திரை தந்தது உங்களுக்குனுட்டு நினைக்கிறேன்."

"எனக்கு எதுக்கு?"

"தீபிகா உளறினாள்னுட்டுச் சொன்னீங்களே, அதைச் செய்யத்தான்."

"தீதி . . ." என்று கூவி அவள் அழுவது கேட்டது.

"அர்ச்சனா, வீட்டுல நீங்க தனியா இல்லையே?"

"இல்லை. பக்கத்து வீட்டுக்காரம்மா வந்திருக்காங்க. ஹால்ல இருக்காங்க. லேடி கான்ஸ்டபிளும் இருக்காங்க."

"பணம் கேட்டு யாராவது ஃபோன் பண்ணினாங்களா?"

"இல்லை" என்றாள் இன்னும் விம்மியபடி. போலீஸூம் விசாரிச்சுக்கிட்டே இருக்காங்க யாராவது பணம் கேட்டு ஃபோன் பண்ணினாங்களானுட்டு."

"அப்படி ஏதாவது ஃபோன் வந்தா முதல்ல கோவிந்த்துக்கு நீங்க ஃபோன் பண்ணணும். சரியா?"

"சரி தீதி, இப்ப நான் சொன்னது . . ."

"அதை நான் கோவிந்த்துக்குச் சொல்லித்தான் ஆகணும் அர்ச்சனா. அது எந்த வகையில உதவும்னுட்டுத் தெரியலை. அவர்தான் தீர்மானிக்கணும்."

"அவர் பேரு இதனால கெட்டுடாதே?"

"அர்ச்சனா, உங்க பொண்ணு உங்க கிட்டச் சொல்லி அழுதிருக்கிறா. நீங்களானா உங்க வீட்டுக்காரர் பேரு கெடக் கூடாதுனுட்டுச் சொல்றீங்க. தெரியலை அர்ச்சனா. உங்களை மாதிரி அம்மாக்களை எப்படிப் புரிஞ்சுக்கறதுன்னே தெரியலை."

"இல்ல தீதி, கோவிக்காதீங்க. அவளுக்கு ரெண்டும் கெட்டான் வயசு. விபரீத கற்பனையா கூட இருக்கலாம்."

"சரி இருக்கட்டும். கவலைப் படாதீங்க. நான் அப்புறமா உங்களைக் கூப்பிடறேன்."

கோவிந்த்துடன் உடனே தொடர்பு கொண்டாள். ஹர்ஷிதா, ஆஷிஷ் மற்றும் அர்ச்சனாவுடன் பேசிய விவரங்களைக் கூறியதும், "மை காட்!" என்றார். "அதிர்ச்சியாக இருக்கிறது" என்றார்.

"கோவிந்த், என் ரத்தம் கொதிக்கிறது" என்றாள்.

"தீதி, எனக்கும் அப்படித்தான்" என்றார்.

"இல்லை கோவிந்த், சில சமயம் இது மாதிரி விஷயங்களைத் தீவிரமா எடுக்கறதில்லை நீங்கள்" என்றாள்.

கோவிந்த் மறுத்தார். பிறகு, "தூக்க மாத்திரை குப்பியை நானும் பார்த்தேன். அது மேலயும் அங்க இருந்த வேற சில சாமான்கள் மேலயும் இருந்த கை ரேகைகளை பதிவு கூடச் செய்தேன். அது கோபாலுடையதுதான்."

"அவர் விரல் ரேகை எப்படி. . .?"

"இங்க வந்தபோது அவர் ரொம்பப் பதறிப்போய் இருந்தார் இல்லையா? அப்போ தண்ணி தந்தோம் குடிக்க ரெண்டு பேருக்கும்."

"ஓல்டஸ்ட் ட்ரிக் இன் த வர்ல்ட்."

"ஆமாம் தீதி. சில சமயம் நாங்களும் பழைய தந்திரங்களைச் செய்ய வேண்டி வருது. என் ஸ்டேஷன்ல நான் தண்ணி கொண்டு வரச் சொன்னதுமே அவங்க தலையில அடிச்சுக்க ஆரம்பிச்சுடுவாங்க. குற்றம் பதிய வந்தவங்களுடைய ரேகைகளைக் கூடப் பதிய வேணுமானுட்டு முணுமுணுத்தது கேட்டுது எனக்கு."

"விடுங்க."

"தீதி, இன்னொரு விஷயம். இப்போதான் டாக்டர் ஹெகடே கூப்பிட்டார்."

"சொல்லுங்க."

"அந்த நாரியல்வாலா தந்த தீபிகாவோட மொபைல் மேல இருந்த ப்ளாஸ்டிக் உறையில இருந்த கைரேகைகளைப் பதிவு செய்து பார்த்தோம். அதுல கோபாலுடையதும் இருக்கு. அப்புறம் பிளாஸ்டிக் சாமான்கள் மேலயும் இருக்கு."

"மகளோட மொபைல்ல அவர் கை ரேகை இருக்கறது ஒண்ணும் பெரிய விஷயமில்லையே?"

"இல்லைதான். ஒரு வேளை அவர் அதைப் பாறைக்குப் பின்னால போட்டிருக்கலாம் இல்லையா?"

"அது யூகம்தான். அதுக்குக் காரணம் வேண்டாமா?"

"ஆமாம். இருந்தாலும் இதை வெச்சு நாளைக்கு ஒரு சின்ன விசாரணை நாடகம் போடறோம். காரணம் அதுல இந்த மூணு விரல் ரேகைப் பதிவுதான் இருக்கு."

"ஹர்ஷிதா, தீபிகா இவங்களோட அவர் நடந்து கொண்டது பற்றின விவரம் வெறும் உபரிச் செய்திதானா?"

"இல்லை தீதி. குழந்தைகள் கடத்தப் பட்டிருப்பாங்கனுட்டு நினைச்சோம் இல்லையா? அவங்க இதுக்குப் பயந்து ஓடிப் போயிருக்காங்க."

"தற்கொலையா இருக்குமோனுட்டுத் தோணுது கோவிந்த்."

"சப்பல் எல்லாம் போட்டுக்கிட்டுத் தற்கொலை செய்துப்பாங்களா தீதி? தவிர உடல் எதுவும் கிடைக்கலியே? மொபைல், பிளாஸ்டிக் சாமான் எல்லாம் பாறைக்குப் பின்னால தீபிகாவே அவங்களைத் தொடர்பு கொள்ளக் கூடாதுனுட்டு நினைச்சிச் செய்திருக்கலாம். மொபைலையும் அதுக்காகவே விட்டெறிஞ்சிருக்கலாம்."

"எங்கயோ தப்பு செய்யறதுபோலப் படுது கோவிந்த்."

"நானும் அர்ச்சனா மேடம் கிட்டயும், அந்த ஹர்ஷிதா மேடம் கிட்டயும் பேசணும். நீங்க கொஞ்சம் அதுக்கு அவங்களைத் தயார் பண்ணணும். போலீஸ் கிட்ட இது பத்திப் பேசத் தயக்கம் இருக்கலாம் ரெண்டு பேருக்குமே. கவலைப் படாதீங்க தீதி. நாளை விசாரணையில எல்லாம் தெளிவாயிடும். நீங்க சொன்ன தகவலையும் வெச்சுப் பக்குவமா விசாரிக்கலாம்."

"அது தகவல் இல்லை கோவிந்த். அது க்ரிமினல் குற்றம். இந்த வழக்கையே அது திசை மாத்தலாம்."

"கட்டாயம். அந்த மனுஷனை விடப் போறதில்லை. அர்ச்சனா மேடத்தை குற்றப் பதிவு செய்யச் சொல்லலாம்."

"கோவிந்த், ஹர்ஷிதாவை வரவழைக்கலாமா? அவளைப் பார்த்த அதிர்ச்சியில கோபால் அவளையும் தீபிகாவையும் பலாத்காரம் செய்ததை ஒப்புக்கொள்ளலாம்."

"நானே அது பத்தி யோசிச்சேன் தீதி, நீங்க சொன்ன பிறகு. வீடியோ கான்ஃப்ரன்ஸ் வைக்கலாமானுட்டு யோசிக்கிறேன்."

"நான் பேசறேன் அவங்க கிட்ட. நீங்களும் பேசுங்க. அவங்க குழந்தைகளுக்காகச் செய்வாங்க. பேசிப் பார்க்கலாம்."

"நாளைக்குப் பத்து மணிக்கு ஆஸ்பத்திரியிலிருந்து நேரே கோபாலை இங்க கூட்டிட்டு வரோம்."

"நான் வரலாமா கோவிந்த்?"

"விதிகள் பிரகாரம் நீங்க இருக்கக் கூடாது. ஆனால் நீங்க அர்ச்சனாவுக்குத் துணையா வரலாமே? காலையில அவங்கள கூட்டி வந்துடுவோம்."

"தாங்க்ஸ் கோவிந்த்."

ஹர்ஷிதாவைத் தொடர்பு கொண்டு, விவரங்களைக் கூறியதும் அதிர்ந்து போனாள். அவள் வர முடியுமா என்று கேட்டபோது மிகவும் தயங்கினாள். "பயமாக இருக்கிறது"

என்றாள். சிறிது நேரம் பேசிய பின் கோவிந்திடம் பேசவும், வரவும் ஒப்புக்கொண்டாள். கணவருடன் வருவதாகக் கூறினாள்.

"சாயங்காலம் ஐந்து மணிக்கு ஜெட் ஏர்வேஸ் விமானம் உண்டு. அதில் வரப் பார்க்கிறோம்."

"ஹோட்டல் அறை பதிவு செய்ய வேண்டுமா?"

"இல்லை. நண்பர்கள் உண்டு மும்பாயில். அந்த இன்ஸ்பெக்டரை என்னுடன் பேசச் சொல்லுங்கள். எனக்கும் ஷரத்துக்கும் இன்னும் விவரமாகத் தெரிய வேண்டும்."

"கட்டாயம் ஹர்ஷிதாஜி."

அர்ச்சனாவை அழைத்து சுருக்கமாக எல்லா விவரங்களையும் கூறினாள். எதிர்முனையில் அர்ச்சனாவின் கனத்த மூச்சு மட்டுமே கேட்டது. கோவிந்த் அவளுடன் பேசுவார் என்றும் கூறினாள். கோவிந்தைக் கூப்பிட்டுச் சிங்கப்பூர் தொலைபேசி விவரங்களைக் கூறினாள்.

அவளிடம் பேசி முடித்தபின் கோவிந்த் ஷெல்கே டி.ஸி.பி ஜோஸஃப் பின்டோவுடன் தொடர்பு கொண்டார். பின்டோவின் கறார்த்தன்மை ஒரு ஜாக்கிரதை உணர்வை ஏற்படுத்தியிருந்தது போலீஸாரிடம். விதிகளை முற்றும் அறிந்தவர். பல மொழிகள் அறிந்தவர். அவர் ஊர் எது, அவர் யார் என்பதே புதிராக இருந்தது. அவர் மனைவி பார்ஸி இனத்தைச் சேர்ந்தவர். குழந்தைகள் ஆங்கிலத்தில் பேசினர். ஒரு முறை ஒரு கடத்தல் வழக்கில் தவறாகக் குற்றம் சாட்டப்பட்டவர் தனக்குத் தானே தமிழில் நொந்துகொண்டபோது பின்டொ அவரிடம் திருநெல்வேலி பக்கம் எந்த ஊர் என்று தமிழில் விசாரித்துப் பேசியபோதுதான் அவர் மதறாஸி என்று தெரிந்தது. மதறாஸிகள் குறித்துச் செய்த கிண்டல்கள் நினைவுக்கு வந்து வயிற்றில் புளியைக் கரைத்தது எல்லாருக்கும். பின்டோ கண்டுகொள்ளாதவர்போல் இருந்துவிட்டார்.

வழக்கு விவரங்களைக் கூறி மறு நாள் அவர் அங்கிருந்தால் உதவியாக இருக்கும் என்றதும், கோவிந்த் என்ன எதிர்பார்க்கிறார் என்று கேட்டார். நட்புடன் பேசும்போது மராட்டியிலோ ஹிந்தியிலோ பேசுபவர் ஆங்கிலத்தில் பேசியதும், கோவிந்த் மிகவும் எச்சரிக்கையுடன் பேச ஆரம்பித்தார்.

"ஸர், ஒப்புதல் வாக்குமூலம் . . ."

"எதை ஒப்புக்கொள்ள கோவிந்த்? தெளிவாகச் சொல்லுங்கள்."

“ஸர், அவர் நடந்துகொண்டதுதான் பெண்களை விரட்டியிருக்கலாம் என்று . . .”

“ஒப்புதல் வாக்குமூலம் நீதிமன்றத்தில் செல்லாது தெரியும் இல்லையா? தவிர, இது அவர்கள் மறைவுக்கு ஒரு மறைமுகக் காரணமாக மட்டுமே இருக்கலாம், இல்லையா? வழக்கில் இன்னும் மேலே போக இது எப்படி உதவும்?”

“ஸர், ஜஸ்டிஸ் மலிமத் கமிட்டி ரிப்போர்ட் டேப் ரெகார்டரிலும், வீடியோவிலும் ஒரு ஸீனியர் ஆபீஸர் முன்னால் ஒருவரின் வாக்குமூலத்தைப் பதிவு செய்யலாம் என்கிறது, ஸர். குற்றம் சாட்டப்பட்டவருக்கு வக்கீலைக் கலந்துகொள்ள உரிமை உண்டு என்று அவருக்கு அறிவித்த பின்னால் . . .”

“கோவிந்த், மலிமத் கமிட்டி ரிப்போர்ட் பற்றிய விமர்சனங்கள் தெரியும் இல்லையா?”

“தெரியும், ஸர்.”

“ஒப்புதல் வாக்குமூலம் மூலமாகக் குற்றத்தை ருசு செய்யும் ஏதாவது ஒரு வலுவான பொருள் – கொலை செய்த ஆயுதம், கொலை செய்யப்பட்ட உடல் – கிடைத்தால் அது வேண்டுமானாலும் சாட்சியமாகும். இங்கே உன் கிட்டே இருப்பது எல்லாம் கை ரேகைகளும், பலாத்காரம் பற்றிய தகவல்களும்தான். வாக்குமூலம் நமக்கு ஏதாவது வலுவான ருசுவைத் தரும் என்கிறீர்களா? இங்கே என்ன வலுவான ருசுவுக்கான பொருள் கிடைக்கும் என்று நம்புகிறீர்கள்? பெண்களே ஓடிப்போயிருக்கலாம் என்கிறீர்கள். தவிர, இங்கே இவர் இன்னும் குற்றம் சாட்டப்பட்டவரே இல்லையே? அவரே முதல் விவர அறிக்கை பதிவு செய்தவராயிற்றே? கொஞ்சம் அவசரப்படுகிறீர்களோ? டோன்ட் ஜம்ப் த கன்.”

“ஸர், குற்றவாளியே எஃப் ஐ ஆர் பதிவு செய்வது அபூர்வம் இல்லை, ஸர்.”

“பலாத்காரம் தவிர வேறு என்ன குற்றம் இந்த வழக்கைப் பொறுத்தவரை என்று தெரியவில்லையே? அது க்ரிமினல் குற்றம்தான். அதற்குத் தனி வழக்குப் பதிய வேண்டும். அதற்கும் பெண்கள் மறைவுக்கும் நேரடித் தொடர்பு இருக்கிறதா என்று உறுதி செய்வது ரொம்பக் கடினம் கோவிந்த்.”

“தெரியும், ஸர். ஏதோ ஓர் இழை கிடைக்கும் என்று தோன்றுகிறது, ஸர். நீங்கள் வந்தால் . . .”

“சரி, வருகிறேன். வழக்கு பற்றிய அத்தனை விவரங்களும் என் மேசையில் இன்னும் ஒரு மணியில் இருக்க வேண்டும்.

நீங்கள் செய்யப் போகிற நாடகத்தில் அவர் மனரீதியாகப் பாதிக்கப்படக் கூடாது.”

“இல்லை, ஸர். மன நல ஆலோசகர் மது பூஷண் இருப்பார், ஸர். எல்லா ஏற்பாடுகளையும் கவனமாகச் செய்வேன், ஸர். எல்லாம் உங்க மேசையில இன்னும் ஒரு மணி நேரத்தில் இருக்கும், ஸர். என் பூர்வாங்க ரிப்போர்ட்டும் உங்கள் கம்ப்யூடருக்கு வந்துவிடும்.”

“இந்த மாதிரிக் காதகனை அடித்து மிதிக்கலாம் என்றுதான் தோன்றும். ஆனால் ஜாக்கிரதையாக இருங்கள். எதுவுமே இன்னும் ருசுப்பிக்கப் படவில்லை. தங்கையிடம் விசாரிக்க வேண்டும். மனைவியிடம் பேச வேண்டும்.”

“ஸர், மனைவியிடமும் தங்கையிடமும் சுதா குப்தா பேசியிருக்காங்க, ஸர். நானும் பேசுவேன்.“

“இந்த வழக்கிலும் சுதா குப்தா பிரவேசம் செய்தாயிற்றா?”

“ஸர் . . .”

“இல்லை இல்லை. எனக்கு அதில் எந்த ஆட்சேபணையும் இல்லை. அந்தம்மாவுடைய குரு ஒரு வகையில் எனக்கும் குரு மாதிரிதான்.”

“ஸர், கொஞ்சம் ஷெர்லக் ஹோாம்ஸ் ரகம், ஸர்.”

“அதை நாம் முற்றிலும் ஒதுக்க முடியாது, கோவிந்த். உங்களுக்கும் தெல்கி வழக்கு, நிதாரிப் படுகொலைகள் வழக்கில் உபயோகித்த நார்கோ ஆய்வு முறை, பொய் கண்டுபிடிக்கும் இயந்திரம், மூளையின் ஓட்டங்களைப் பதிவு செய்வது இவற்றில் நூறு சதவிகிதம் உடன்பாடு இல்லை என்று சொல்லியிருக்கிறீர்கள் ஒரு முறை.”

“விசாரணை முறையின் தோல்விதான் அந்தக் கட்டம் என்று தோன்றுகிறது, ஸர். பல நோக்குகளோடு, பல வித அணுகுமுறைகள் நல்ல பயன் தரும், ஸர். சுதா குப்தாவை அதனால்தான் . . .”

“சுதா குப்தாவைச் சேர்த்துக்கொண்டதில் எந்த விமர்சனமும் இல்லை, கோவிந்த். கவலைப் படாதீர்கள். அவள் திறமை எனக்குத் தெரியும். அவள் திறமையுள்ள மதறாஸி” என்றுவிட்டுச் சிரித்தார்.

“ஸர் . . .” என்று இழுத்தார் கோவிந்த்.

“ஓகே. நாளைக்குத் தங்கையிடமும் மனைவியிடமும் நானும் பேச விரும்புகிறேன். அதற்கான ஏற்பாடுகளைச் செய்துவிடுங்கள்.”

"கட்டாயம், ஸர்."

அதன் பின் சிங்கப்பூர் எண்ணைத் தொடர்பு கொண்டார்.

O

[சி.ஐ.டி என்று அறியப்படும் புலனாய்வுத் துறை ஒவ்வொரு மாநிலக் காவல் படையிலும் உள்ள ஒரு சிறப்புத் துறை. இதில் வேலை செய்பவர்கள் போலீஸ் சீருடை அணிவதில்லை. மஃப்டி என்று கூறப்படும் சாதாரண ஆடைகளையே அணிந்து வேலை செய்கின்றனர். இதிலுள்ள மற்ற பிரிவுகள் மாநில குற்ற விசாரணைத் துறை, கை ரேகைப் பிரிவு, அறிவியல் பிரிவு போன்றவை. சட்டம் மற்றும் ஒழுங்குக்கான காவல் துறையினரைப் போலவே இங்கும் உயர் அதிகாரிகளும் அவர்கள் கீழ் வேலை செய்பவர்களும் உண்டு. மதக் கலவரங்கள், கள்ள நோட்டு விவகாரங்கள், மிகவும் சிக்கலான கொலை வழக்குகள் இவற்றை இத்துறை எடுத்துக்கொள்ளலாம். காவல் துறையினர் வழக்கமான வேலைகளுடன் சிக்கலான வழக்குகளுக்கு நேரம் அல்லது ஆட்படையினரை ஒதுக்க முடியாத போது சி.ஐ.டி அத்தகைய வழக்குகளை எடுத்துக்கொள்கிறது. நீதி மன்றம், அரசு அல்லது டி.ஜி.பி இதற்கான உத்தரவு பிறப்பித்த பிறகுதான் சி.ஐ.டி ஒரு வழக்கை எடுத்துக்கொள்ள முடியும் – தகவல்.

கோவிந்தைப் பொறுத்தவரை பல சிக்கலான வழக்குகளை அவர் திறமையுடன் தீர்த்திருக்கிறார். அவர் எடுத்த வழக்கு எதுவும் சரியான விசாரணை இல்லாமல் சி.ஐ.டி எடுக்க நேர்ந்ததாக இதுவரை ஆகவில்லை. சுதா குப்தா போன்ற தனிப்பட்ட முறையில் இயங்கும் துப்பறியும் நிபுணர்களை வைத்தே அவர் பல வழக்குகளை ஒரு முடிவுக்குக் கொண்டு வர முடிந்தது. இதில் பலருக்குப் பொறாமை இருந்தாலும் பொதுவாக அவர் மேல் ஒரு மரியாதை இருந்தது எல்லாருக்கும். அவரைப் பற்றிக் கேள்விப்பட்டு வரும் இளைஞர்களுக்கு அவரைப் பார்த்தவுடன் ஏமாற்றமே ஏற்பட்டது. போலீஸாக நடிக்கும் ஒரு கதாநாயகன் போலக் கூட அவர் இருக்கவில்லை. எல்லாவிதச் சண்டைப் பயிற்சிகளும் அவர் செய்திருந்தாலும் இதுவரை அவர் யாராவது குற்றவாளியை உதைத்ததாகவோ, பத்து குண்டர்களுடன் சண்டை போட்டதாகவோ சரித்திரம் இல்லை. எல்லாரையும் சிரிக்க வைக்கும் போலீஸ் தொப்பை கூட அவருக்கு இருக்கவில்லை.]

ஹர்ஷிதாவும் ஷரத்தும் கோவிந்தைச் சந்தித்தபோது அவர் சாதாரணத்தனம் அவர்களை ஆச்சரியப் படுத்தியது. அதுவே அவரிடம் மனம் விட்டுப் பேச வழி வகுத்தது.

அம்போலியில் நண்பர்கள் வீட்டில் தங்கினர் ஹர்ஷிதாவும் ஷரத் ஸ்ரீவாத்ஸவாவும். விடிகாலையிலேயே வண்டி வைத்துக்கொண்டு இருவரும் 'தானே' சென்றனர் அர்ச்சனாவைப் பார்க்க. முதன் முதலாகத் தன் அண்ணியைப் பார்ப்பது இப்படிப்பட்டச் சூழ்நிலையில் ஏற்பட்டதே என்று நினைத்து ஹர்ஷிதா மனம் வெதும்பினாள். அவளை அணைத்துக்கொண்ட அர்ச்சனா தன் நிலைமையை எண்ணி அழ ஆரம்பித்தாள். ஹர்ஷிதாவும் ஷரத்தும் அவளைச் சமாதானப் படுத்தினர். படுக்கையிலிருந்து எழுந்து வந்த த்ருவ் புதியவர்களைப் பார்த்ததும் தயங்கி, பின் சற்று நேரமானதும் ஷரத்தின் மடியில் உரிமையுடன் அமர்ந்துகொண்டான். பக்கத்து வீட்டினரிடம் அவனை ஒப்படைத்துவிட்டு எல்லாரும் கோவிந்தைச் சந்திக்கக் கிளம்பினர். ஜோஸஃப் பின்டோ அவர்களுடன் பேசிய முறை பல வகையில் அவர்களை அமைதிப் படுத்தியது. அவர் எல்லா விஷயங்களையும் பதற்றப்படாமல், சரியாக விளக்கினார். அர்ச்சனாவுக்குத் துணையாக சுதா வந்ததும், "வாங்க, வேலையெல்லாம் எப்படிப் போகுது?" என்று தமிழில் விசாரித்து வரவேற்றார். அதன் பின் கோவிந்த் அவர்களுடன் அமர்ந்து பேச ஆரம்பித்தார். பேச்சு இயல்பாக, எந்த விதத் தடங்கலும் இன்றிச் சென்றது. ஒன்பதே முக்காலுக்கு, கோவிந்த் எல்லாவற்றையும் விளக்கிய பின் அவர்கள் அருகே இருந்த அறையில் யார் கண்ணிலும் படாமல் அமர்ந்தனர்.

பத்து மணிக்குக் கோபால் உள்ளே வந்தபோது படபடப்புடன் இருந்தார். வியாபார உலகில் உள்ள ஒரு புள்ளியின் தோற்றம் மறைந்திருந்தது. சற்றுக் களைத்திருந்தார். தான் உடனே விட்டுக்குப் போக வேண்டும், போலீஸ் தன் வேலையைச் சரியாகச் செய்யவில்லை, அதில் அவருக்கு ஏமாற்றம்தான் என்று கூறத் தொடங்கினார். சம்பவம் நடந்து மூன்று இரவும் இரண்டு நாட்களும் கடந்தாகி விட்டன. இன்னுமா அவர் பெண்கள் கிடைக்கவில்லை? இன்னும் உயர் போலீஸ் அதிகாரிகளிடம் போவதைத் தவிர அவருக்கு வேறு வழியில்லை என்று சற்றுக் கோபமாகப் பேசத் தொடங்கினார். கோவிந்த் அவரைச் சாந்தப்படுத்தி டீ குடிக்க வைத்தார். அவர்கள் எல்லா முயற்சிகளும் செய்வதாகவும் வெகு விரைவில் அவர் பெண்கள் கிடைத்துவிடுவார்கள் என்றும் குரலை உயர்த்தாமல் மெல்லக் கூறினார். பிறகு அவர் பெண்கள் ஒரு வேளை எங்கோ ஓடிப்போயிருக்கலாம் என்று மெல்லப் பேச ஆரம்பித்தார். எதற்காக ஓடிப்போக வேண்டும் என்று விவாதித்தார் கோபால். அவர்கள் எதற்கோ பயந்திருக்கலாம் என்றும், அது பற்றி விசாரித்து வருவதாகவும் கூறினார் கோவிந்த். பிறகு அவர்

மேல் தனக்கு மிகவும் அனுதாபம் பிறக்கிறது என்றும், அவர் பாசம் வைத்தவர்கள் காணாமல் போய்விடுகிறார்கள் என்றும் கூறி அவர் தங்கை கூடக் காணாமல் போகவில்லையா என்று குறிப்பிட்டார். வெடுக்கென்று தலையைத் திருப்பி அவரைப் பார்த்துப் பதினைந்து ஆண்டுகள் முன்பு நடந்த நிகழ்வுக்கும் இதற்கும் எந்தச் சம்பந்தமும் இருக்க முடியாது என்றார். ஒரு வேளை சம்பந்தம் இருக்கலாம் என்று அவர் கூறிக்கொண்டிருக்கும்போதே, சொல்லி வைத்தபடி மெல்ல அறைக்குள் நுழைந்தாள் ஹர்ஷிதா. அதிர்ச்சி அவர் முகத்தில் தெளிவாகத் தெரிந்தது. கோபம், தடுமாற்றம் போன்ற உணர்வுகள் முகத்தில் அலைகள்போல எழுந்து மடிந்தன. மேசையைப் பிடித்துக்கொண்டு எழுந்து நிற்க முயன்று தோற்றார். மெல்ல முகம் வெளிறத் தொடங்கியது ஒரு தாளின் மேல் உள்ள வண்ணங்கள் அழிபடுவதுபோல. அறைக்குள் இப்போது அர்ச்சனாவும் வந்தாள். கோவிந்த் மெல்ல அவர் பெண்களும் கிடைத்துவிடுவார்கள் என்றும், தீபிகாவும் மற்ற இருவரும் ஏன் ஓடிப் போனார்கள் என்பதை அவர்களே கூறுவார்கள் கூடிய சீக்கிரம் என்று கூற ஆரம்பித்ததும், அடிபட்ட மிருகத்தின் ஓலம் போல் ஒரு வினோத ஒலி எழும்பியது கோபாலின் தொண்டையிலிருந்து. அதன் பிறகு அவர் உடைந்துபோனார்.

கேவல்கள் சீறி வரத் தொடங்கின. டாக்டர் மது பூஷண் உள்ளே வந்து அவர் தோளில் தட்டி அவரை ஆசுவாசப்படுத்தினார். கோவிந்த் ஷெல்கே அவர் தன் வக்கீலை வரவழைக்கலாம் என்றார். விம்மியபடி வக்கீலின் பெயரைக் கூறியபின், வக்கீல் வந்தார். அவர் எதையுமே கூற வேண்டிய அவசியம் இல்லை என்றும், எந்தக் குற்றமும் பதிவாகவில்லை என்றும் அவர் பலவாறு விளக்கியும் கோபால், "இல்லை எல்லாம் கை மீறிப் போய்விட்டது" என்று சொல்லிவிட்டு ஹர்ஷிதாவையும் அர்ச்சனாவையும் பார்த்துக் கை கூப்பி விட்டு, வெறி பிடித்தவர்போல தந்த ஒப்புதல் வாக்குமூலம் ஒலிநாடாவிலும், வீடியோவிலும், கணினியிலும் பதிவு செய்யப்பட்டது. அவர் பேசப்பேச அர்ச்சனா மெல்லச் சரிந்தாள். ஹர்ஷிதா கண்களிலிருந்து கண்ணீர் நிற்காமல் பெருகியது. போலீஸ் ஸ்டேஷனே உறைந்து போயிற்று. கோவிந்த் ஷெல்கெ விலங்கு பூட்டியதை எந்த மறுப்பும் சொல்லாமல் ஏற்றார்.

○

[நீண்ட வாக்குமூலத்தின் ஒரு பகுதி:

நான் தீபிகாவின் அறைக்கு இரவில் போனேன். நான் ஊன்றிய விதையில் விளைந்த மரத்தின் கனி அவள். அதைச்

சுவைக்க எனக்கு உரிமை உண்டு என்றே நினைத்தேன். அவள் எதிர்த்தாள். முரண்டு பிடித்தாள். கேவலமாகப் பேசினாள். அவளை என் உடல் வலிமையால் அடக்கினேன். அர்ச்சனாவுக்குத் தூக்க மாத்திரை தந்து இரண்டு வருடம் இதைச் செய்தேன். தீபிகாதான் அந்தத் தப்பைச் செய்தாள். முதலில் தற்கொலை செய்துகொள்வேன் என்றாள். பிறகு அடுத்த பெண் மேல் என் கண் பாய்வதை எப்படியும் தடுப்பேன், போலீஸுக்குப் போவேன் என்றாள். என் நிஜ ரூபம் எல்லாருக்கும் தெரியும்படிச் செய்வேன் என்றாள். அவள் அப்படிச் சொல்லியிருக்கக் கூடாது. நான் பயந்துவிட்டேன்.

கடற்கரை விடுதி விடுமுறையைத் திட்டம் போட்டேன். அக்ஸாவில் நன்றாக ஆழமாகக் குழியை வெட்டி விளையாடச் சொன்னேன். நல்ல ஆழமான குழி. அந்தி நேரம் கடலில் மூன்று பேரும் விளையாடும் போது பின்னால் சென்று மூவரையும் கடலில் அமிழ்த்தினேன் என் இரண்டு கைகளாலும். இழுத்துக்கொண்டு வந்து அதே குழியில் போட்டேன். கையில் கிடைத்த எல்லாவற்றையும் குழியில் போட்டேன். மண்ணைப் போட்டு மூடினேன். அதிக நேரம் ஆகவில்லை. அலையின் வேகம் அதிகரிக்கும்போது அந்த இடம் அமிழ்ந்துவிடும் என்று தெரியும். மூடிய பின்னால்தான் பெரிய பாறையின் ஓரத்தில் மொபைல் கண்ணில் பட்டது. பிளாஸ்டிக் சாமான்களும். சற்றுத் தள்ளி இருந்த பெரிய பாறைகளுக்குப் பின்னால் பிளாஸ்டிக் சாமான்களை ஓடிப் போய்ப் போட்டேன். மொபைலை அவசரமாக வீசி எறிந்தேன். அது உடைந்து போயிருக்கும்.]

கோபால் வழி காட்ட, அலைகள் தேயும் நேரத்தில், கடற்கரையின் ஒரு மூலையில், அதை இரு பகுதிகளாகப் பிரித்தபடி இருந்த பெரிய பாறைகளுக்குப் பின்னால் ஓர் இடத்தில் தோண்ட ஆரம்பித்தார்கள். தோண்டத் தோண்ட ஒரு நாற்றம் பரவியது. மண்ணை முற்றிலும் எடுத்துப் போட்டபோது கீழே கிடந்தனர் மூன்று பெண்களும் உறங்குபவர்கள் போல. வானையும் மண்ணையும் பார்த்தபடி. அவர்கள் மேலே சில பிளாஸ்டிக் பைகளும், காலணிகளும் கிடந்தன.

அதைப் புகைப்படம் எடுத்தவருக்கு அது மறக்க வெகு நாட்களாகியது. பிரேதப் பரிசோதனை செய்தவருக்கு முதல் முறையாகத் தொண்டையை அடைத்தது.

கோவிந்த் கச்சிதமாக அமைத்த வழக்கில் ஓராண்டு முடியும் முன்பே தீர்ப்பு வந்து விட்டது. தற்காலிக மனப் பிறழ்வு என்று கோபாலின் வக்கீல் வாதாடினாலும் தொடர் ஆயுள் தண்டனை வழங்கப் பட்டது. உயர் நீதிமன்றத்தில் அப்பீல்

செய்தும் நான்கு ஆண்டுகளுக்குள் தொடர் ஆயுள் தண்டனை ஊர்ஜிதம் செய்யப்பட்டது.

ஐந்து ஆண்டுகள் இறுகிய முகத்துடன் வழக்கின் போக்கை கவனித்து வந்த அர்ச்சனா கோபாலை ஏறிட்டும் பார்க்கவில்லை. தீர்ப்பு ஊர்ஜிதமானதும் அவள் கண்களில் கண்ணீர் இருக்கவில்லை. ஓர் அதீத உணர்ச்சி செத்த அமைதி இருந்தது முகத்தில்.

ஹர்ஷிதா வந்திருந்தாள் அவளையும் த்ருவையும் தன்னுடன் சிங்கப்பூர் அழைத்துச் செல்ல. த்ருவ் ஒன்பது வயதுப் பையனாக வளர்ந்திருந்தான். அவளை வழியனுப்ப விமான நிலையத்துக்கு வந்திருந்த சுதாவிடமும் கோவிந்திடமும் விடைபெற்று, விமானத்தில் அமர்ந்த அர்ச்சனாவுக்கு அந்த உடல்களை முதன்முறையாகப் பார்த்த அனுபவமும், அந்த உடல்களின் தோற்றமும் எப்போதும் மறக்கும் என்று தோன்றவில்லை. தீபிகாவின் முகத்தில் ஒரு மௌன ஓலம் இருந்தது. அது அவளை என்றும் துரத்தி, தாய் என்ற முறையில் அவள் தோல்வியைக் காட்டியபடி இருக்கும் என்று தோன்றியது.

விமானம் பறக்கத் தொடங்கியது. கீழே, அவர்கள் அஸ்தியைத் தன்னுள் கரைத்துக்கொண்ட கடல் விஷ நீலமாகக் கிடந்தது.

○

அந்தேரி மேம்பாலத்தில் ஒரு சந்திப்பு ☙ 63 ☙

காகிதக் கப்பல் செய்பவன்

அறிக்கையை அழகான நீல நிற ப்ளாஸ்டிக் கோப்பு ஒன்றில் வைத்துவிட்டு அவளருகில் நின்றாள் ஸ்டெல்லா. சுதா சன்னல் வெளியே பார்த்துக்கொண்டிருந்தாள். தென்னை மரங்களையும் பனை மரங்களையும். காற்று வீசிக்கொண்டிருந்தது. மழை பெய்து முடிந்திருந்தது. ஒரு சிட்டுக்குருவி தென்னங்கீற்றில் பறந்து வந்து உட்கார்ந்தது. சட்டென்று எதுவோ தோன்றியது மனத்தில். அதை உணர்ந்தவள் போல் ஸ்டெல்லா, முணுமுணுப்பாக, "தென்னங்கீற்று ஊஞ்சலிலே" என்று பாடினாள்.

"ஏய், இது உன் காலத்துப் பாட்டே இல்லையே? எப்படித் தெரியும்?" என்று அதிசயித்தாள் சுதா.

"பாட்டுக்குக் காலம் உண்டா என்ன?" என்று விட்டுத் தொடர்ந்து பாடியபடி சமையலறையை நோக்கி நடந்து, "தன் பெட்டை துணையைத் தேடுது" என்று பாடி முடிக்கும்போது மின்சாரக் கெட்டிலில் நீர் ஊற்றிப் பித்தானை அழுத்தி, இரண்டு பீங்கான் கோப்பைகளை அருகில் வைத்து, லவங்கப்பட்டைத் தேநீர்ப்பைகளை வைத்து முடித்தாகிவிட்டது. சுதா மாலையில் அதைத்தான் பருகுவாள். சில சமயம் ஸ்டெல்லாவும் கூட அமர்வாள். இல்லாவிட்டால் கைப்பையைத் தோளில் போட்டுக்கொண்டு கிளம்பிவிடுவாள்.

அன்றைக்கு இன்னும் வேலை முடியவில்லை. அதனால்தான் இரண்டு கோப்பைகள். அங்கேயே

நின்றுகொண்டு, "சுதாம்மா, ரிப்போர்ட்டைப் பார்த்துடுங்க ஒரு வாட்டி" என்றாள்.

"நீ வா, பார்க்கலாம்."

சிவப்பு விளக்கு அணைந்து பித்தான் 'டப்'பென்று வெளியே வந்தது.

கோப்பைகளில் லவங்கப்பட்டைத் தேநீர்ப்பைகளைப் போட்டுச் சுடச்சுட வெந்நீரை ஊற்றியதும், லவங்கப்பட்டை மணம் கும்மென்று எழுந்தது.

இரண்டு கோப்பைகளையும் எடுத்துக்கொண்டு போனாள். மேசை மேல் வைத்துவிட்டு, "இந்த ரிப்போர்ட்டாவது அந்த மிஸ்டர் சுந்தர்லாலுக்கு புத்தியைத் தருமா பார்க்கலாம்" என்றாள்.

"சொல்ல முடியாது ஸ்டெல்லா. தொழில்ல ஒரு தடவை சந்தேகம் வந்துட்டுதுன்னா சீக்கிரம் போகாது."

இருவரும் தேநீர் பருகலானார்கள். சுதாவின் துப்பறியும் நிறுவனத்துக்கு வரும் முதல் வேலை இல்லை இது. இப்படி ஏகப்பட்டவை வரும். கணவனை வேவு பார்க்கும் மனைவி, மனைவியைச் சந்தேகிக்கும் கணவன், தொழிலில் கூட்டுச் சேர்பவர்கள் மற்றவர்கள் பற்றிக் கேட்கும் ரகசிய மதிப்புரை, திருமணமாகும் முன்பு குறிப்பிட்ட வரன் பற்றிய விசாரணை என்று வேலை வந்தபடி இருந்தது. இந்தத் துறையில் உள்ள ஒரே பெண் அவள். கல்லூரியில் படிக்கும்போது தோழி ஒருத்தியைப் பின் தொடர்ந்த யதேச்சையான நிகழ்வுக்குப் பின், தொடர்ந்து ஏதாவது நடந்து பிறகு தொழிலாகிவிட்டது. விஞ்ஞானிக் கணவன் நரேந்திர குப்தாவும் கல்லூரி போகும் மகள் அருணாவும் ஏற்றுக்கொண்டாகிவிட்டது. வீட்டிலேயே அலுவலகம். முறையாகக் கற்பித்த குருவும் உண்டு. வித்யாசாகர் ராவ்தே. அவரைத் தெரியாதவர்கள் கிடையாது. மைசூர்க் கபேயின் வடை எப்போது சிறியதாயிற்று என்று அவருக்குத் தெரியும். மாடுங்காவில் விழுந்த முதல் கொலை பற்றியும் தெரியும். பூதக்கண்ணாடியை வைத்துக்கொண்டு தடயம் தேடும் துப்பறிபவன் போல நடித்துத் தன் பேத்தியைச் சிரிக்க வைக்கவும் தெரியும்.

செல்லம்மாள் அவள் சாவியைப் போட்டுக் கதவைத் திறந்து வழக்கம்போல் சமையலறை போய் இரவு சமையலை கவனிக்காமல் இவர்களை நோக்கி வந்தாள்.

"என்ன செல்லம்மா? முகம் வாடியிருக்குதே?"

"ஆமாம்" என்று அலுத்துக்கொண்டு அமர்ந்தாள்.

"என்ன முட்டி நோவா?"

"இன்னும் என்னென்ன நோவு வரப்போகுதோ?"

ஸ்டெல்லா மெல்ல எழுந்து, "சாயா கொண்டாரவா?" என்றாள்.

"அந்த லவங்கப்பட்டை டீ போடாதே எனக்கு, ஸ்டெல்லா" என்றாள்.

"இல்லை ஆன்ட்டி, இஞ்சி டீ போடறேன்" என்றாள்.

போட்டுக்கொண்டு வந்தாள். அதை ஒரு வாய் பருகிவிட்டு, "மல்லிகாவுக்கு ஒரு மாப்பிள்ளை வந்திருக்கு" என்றாள்.

மல்லிகா அவள் மகள். பள்ளியாசிரியையாக இருந்தாள். செல்லம்மாள்தான் கணவன் இறந்த பிறகு தனியாக நின்று, சமையல் செய்து அவளை வளர்த்தாள். அருணா பிறந்தது முதல் சுதா வீட்டில்தான் வேலை. மல்லிகாவின் கல்விச் செலவை சுதாவும் அவள் கணவனும் ஏற்றுக்கொண்டிருந்தனர்.

"நல்ல சேதிதானே? பின்ன ஏன் முகம் வாடுது? எப்படி இருக்காரு மாப்பிள்ளை?"

"நல்ல பையன்தாங்கறாங்க. கால்-ஸென்டர்ல வேலை. நம்பள மாதிரி குடும்பம்தான். மும்பாய்தான்."

"மும்பாய்ல எங்க?"

"தாராவிதான். இப்போ சூனாபட்டில வீடு வாங்கியிருக்காங்க. குடி போவல."

"பின்ன என்ன செல்லம்மா?"

"அது என்னவோ பையன் சரியில்லையோன்னு தோணுது."

"ஏன்?"

"சடங்கு எல்லாம் பிடிக்காது அப்படி இப்படீங்கறான்."

"சரிதான். உங்களுக்கு பஞ்சமாபாதகத்துல ஒண்ணாச்சே அது!"

"கவிதை வேற எழுதறானாம்."

"ஏதோ ஒட்டுவாரொட்டி வியாதி இருக்கற மாதிரி இல்ல சொல்லறீங்க?"

"தமிழ்ல எழுதறானாம்."

"அப்படீன்னா அது தீராத வியாதிதான்!"

"போங்க சுதாம்மா. விளையாடாதீங்க. கவிதை எல்லாம் எழுதறவன் ஒழுங்கா இருப்பானா?"

"செல்லம்மா, எந்தக் காலத்துல இருக்கீங்க? யாருதான் கவிதை எழுதல? பாரதியார் எழுதலையா? அப்புறம் . . ."

"சுதாம்மா, அதெல்லாம் சரி. பொண்டாட்டிய ஒழுங்கா வெச்சுக்குவானா? இல்ல இவளும் பாரதி வீட்டம்மா செல்லம்மாள் மாதிரி லோல் படணுமா?"

"அய்யோ செல்லம்மா . . ."

"ஏதோ இலக்கியப் பத்திரிகை வேற நடத்துறானாம். பனை மரமோ தென்னை மரமோ எதுவோ . . ."

"தென்னந்தோப்பு" என்று குறுக்கிட்டாள் ஸ்டெல்லா. "அவருதா அது? நல்ல பத்திரிகை" என்றாள்.

மும்பாயிலேயே வளர்ந்ததால் சுதாவின் தமிழ் துருப்பிடித்துப் போயிருந்தது. ஸ்டெல்லாவின் தந்தை தமிழ் ஆர்வம் கொண்டவர். தமிழ்ச் சங்கம் ஒன்றில் தீவிரமாகச் செயல்படுபவர். ஸ்டெல்லாவுக்கும் தமிழ் இலக்கியத்தில் நல்ல பரிச்சயம் இருந்தது.

தேநீர் பருகியபடி செல்லம்மாள் சுதாவிடம் கூறினாள்.

"சுதாம்மா, பையனைப் பத்திக் கொஞ்சம் விசாரியுங்களேன். எனக்கு வேற யாரு இருக்காங்க? நான் பீசு குடுத்திடறேன் உங்களுக்கு."

சுதா திடுக்கிட்டு அவளைப் பார்த்தாள்.

"என்ன சொல்றீங்க செல்லம்மா?"

"அதுதான் நீங்க எல்லாருக்கும் செய்றீங்களே, அதுமாதிரி."

ஸ்டெல்லா சிரிக்க ஆரம்பித்தாள்.

"சிரிக்காதே" என்றாள் செல்லம்மாள் கடுகடுப்பாக. "சிரிக்க என்ன இருக்குதாம்? எனக்கு ஒரு ரிப்போர்ட்டு வேணும் அந்தப் பையன் பத்தி."

சுதா அவளைச் சமாதானம் செய்யும் தொனியில், "சரி, செல்லம்மா. செய்யலாம். மல்லிகா நம்ம வீட்டுப் பொண்ணு இல்லியா? பீசுன்னுட்டு எல்லாம் உளறாதீங்க" என்றாள்.

செல்லம்மாள் முகத்தின் இறுக்கம் குறைந்தது.

"பையன் பேரு என்ன?"

"சிங்காரவேலு ஆறுமுகம்" என்றாள் ஸ்டெல்லா உடனே.

"அட, உனக்கு எப்படித் தெரியும்?"

"அந்தப் பத்திரிகைல இருக்குதில்ல? அவர் புனைபெயர் அமலன்."

"சரிதான். செல்லம்மா, இத பாருங்க, இவளே ரிப்போர்ட்டு எழுதிடுவா."

"இல்ல, இல்ல, சுதாம்மா. நீங்க சரியா விசாரியுங்க. அது என்னவோ இலக்கியப் பைத்தியமா இருக்கப் போறான். எல்லார் மாதிரியும் இருந்துட்டா கவலை இல்ல."

சிறிது மௌனித்துவிட்டு, "சுதாம்மா, இன்னொரு விஷயம். பேசிட்டே இருந்தப்ப, 'எனக்குப் பத்து வயசாறப்ப எங்கப்பா போயிட்டாரு' அப்படின்னாப்பல."

"அதனால என்ன செல்லம்மா?"

"பதினஞ்சு வயசுல ஒரு தங்கச்சி இருக்கறா சுதாம்மா. அவ எங்கேயிருந்து வந்தாளாம்? பையன் அம்மா டீச்சரு. அது என்ன விஷயமோ? நான் ஒண்டியா என் பொண்ண வளர்த்திருக்குறேன். நல்ல குடும்பத்துல அவ வாழ்க்கைப்பட வேணாமா?"

"சரி, பார்க்கலாம். கவலைப்படாதீங்க. விசாரிக்கலாம்."

அதன் பிறகுதான் செல்லம்மாளுக்கு எழுந்து போய்ச் சமைக்க மனம் வந்தது.

ஸ்டெல்லா சிங்காரவேலு ஆறுமுகம் (அமலன்) என்ற பெயரில் ஒரு புதுக் கோப்பைத் தயாரித்துவிட்டுக் கிளம்பினாள்.

◯

ஸ்டெல்லா மறு நாள் அவளிடமிருந்த தென்னந்தோப்பு இதழ்களைக் கொண்டுவந்தாள் சுதாவுக்குக் காட்ட. சுதாவுக்கு அதில் அதிகம் புரியவில்லை. ஸ்டெல்லா அவற்றைக் கோப்பில் வைத்தாள்.

"ஸ்டெல்லா, சுந்தர்லால் செகரட்டரிக்கு ஃபோன் பண்ணி அந்த ரிப்போர்ட்டை அனுப்பிடு."

"இதோ பண்றேன் சுதாம்மா."

அந்த வேலை முடிந்ததும் சுதா அடுத்து என்ன வேலை என்று டயரியைப் பார்த்தாள்.

“சுதாம்மா, செல்லம்மாள் வேலையை ஆரம்பிக்க வேண்டாமா?”

“ஓ, மறந்தே போயிட்டேன். எப்படி ஆரம்பிக்கலாம் ஸ்டெல்லா? அந்த கால்-ஸெண்டர்ல விசாரிக்கலாமா?”

“அதுவும் செய்யலாம். சுதாம்மா, செல்லம்மாள் காலையில ஒரு மணிக்குச் சமைச்சிட்டுப் போயிடுவாங்க. அப்புறம் சாயந்திரம்தான் வராங்க. நீங்க ஏதாவது சாக்குல மிஸ்டர் சிங்காரவேலுவைக் கூப்பிட்டு, வரச் சொல்லி விசாரிக்கலாமே?”

“அந்தப் பத்திரிகைல நம்பர் இருக்குதா பாரு.”

“மொபைல் நம்பர் இருக்குது. இருங்க குறிச்சுத் தரேன்.” என்றுவிட்டு ஒட்டுத்தாளில் குறித்து, கோப்பின் மேல் ஒட்டி அவள் முன் வைத்தாள். எண்களை அழுத்திவிட்டு அவளிடம் தந்தாள். பிறகு கணினி முன் அமர்ந்து, அன்றைய மின்னஞ் சல்களைப் பார்க்க ஆரம்பித்தாள்.

மறு முனையில் அவள் அழைப்பு ஏற்கப்பட்டதும், சுதா தன் தொழில் முறைக் குரலில்,

“ஹலோ மே ஐ ஸ்பீக் டு மிஸ்டர் சிங்காரவேலு?” என்று ஆங்கிலத்தில் பேச ஆரம்பித்தாள்.

“யெஸ், ஸ்பீக்கிங்” என்று பதில் வந்தது.

கோப்பைப் பிரித்து, பத்திரிகையின் பெயரைப் பார்த்துக்கொண்டாள்.

“நீங்கள் தென்னத்தோப்பு என்ற ஒரு தமிழ்ப் பத்திரிகை நடத்துகிறீர்கள்.”

“யெஸ் மேடம்” என்று சற்று ஆச்சரியம் கூடிய தொனியில் பதில் வந்தது.

“அதற்கு நான் நிதியுதவி செய்ய விரும்புகிறேன். நல்ல பத்திரிகை.”

“தாங்க்யூ மேடம். எந்தப் பகுதி பிடித்திருந்தது? உங்கள் பெயரைச் சொல்லவில்லை நீங்கள். நீங்கள் செக்கா அனுப்பலாம். நேரிலேயே வந்து கூட வாங்கிப்பேன் மேடம்.”

“என் பெயர் சுதா குப்தா. பொதுவா பத்திரிகை பிடித்திருக்கிறது. நீங்க ஒரு மணிக்கு மேல் வர முடியுமா?”

“வர முடியும் மேடம். நான் கால்-ஸெண்டர்ல இரவுதான் வேலை செய்கிறேன். முகவரி கூறுங்கள்.”

முகவரியைக் கூறியதும், "வரேன் மேடம்" என்று தமிழில் கூறிவிட்டு இணைப்பைத் துண்டித்தான்.

அவசரமாகச் செய்ய வேண்டிய வேறு வேலைகளை கவனிக்க ஆரம்பித்தாள். இடையிடையே சிலரைச் சந்திப்பதற்கான தேதிகளையும், சில அறிக்கைகளில் இருந்த சிக்கல்களைக் களையும் முறைகளையும் தீர்மானித்தாள். அவள் கேட்கும் முன்பே சில விவரங்களைக் கணினியில் அச்சிட்டுத் தந்தாள் ஸ்டெல்லா.

இடையில் வீட்டு வேலை செய்யும் மாலு வந்து தன் வேலையை முடித்துவிட்டுப் போனாள். செல்லம்மாள் உள்ளே வந்து சமைக்க ஆரம்பித்திருந்தாள். ஸ்டெல்லாவின் மதிய உணவு சுதாவுடன்தான். அவளும் டிபன் பாக்ஸில் கொண்டுவருவாள் ஏதாவது. அதையும் பகிர்ந்துகொள்வாள். செல்லம்மாள் சமைத்துவிட்டுத் தனக்கு வேண்டியதை ஒரு சின்ன காரியரில் எடுத்துக்கொள்வாள். அவர்களுடன் அவளும் அமர்ந்து சாப்பிடுவது எப்போதாவதுதான்.

அன்றும் சமைத்துவிட்டு, சாப்பாட்டு மேசை மேல் தட்டு, குடிக்க நீர், ஊறுகாய், உப்பு, தயிர் எல்லாம் வைத்துவிட்டு, சூடாக உணவை வைத்திருக்கும் பாத்திரங்களில் உணவை வைத்து மேசை மேல் வைத்தாள். கரண்டிகளையும் வைத்தாள்.

"சுதாம்மா, கிளம்பறேன். இன்னிக்கு அவரு திதி நாள். பருப்புப் பாயாசம் வெச்சிருக்கேன். வடையும் இருக்குது. சாப்பிடுங்க" என்று சொல்லிவிட்டுக் கிளம்பினாள்.

மணி ஒன்றாகியிருந்தது.

○

சரியாக ஒன்றரை மணிக்கு அழைப்பு மணி அடித்தது. ஸ்டெல்லா வேலையில் மும்முரமாக இருந்ததால் சுதாவே கதவைத் திறந்தாள்.

எதிரே ஓர் இளைஞன் நின்றுகொண்டிருந்தான். கையில் ஒரு பை இருந்தது. படிய வாரிய முடி. பளீரிடும் கண்கள். பளிச்சென்று சிரித்தான்.

"நான் சிங்காரவேலு . . ."

"வாங்க, வாங்க" என்று அழைத்தாள்.

உட்காரச் சொல்லிவிட்டு, கண்ணாடிக் குவளையில் தண்ணீர் தந்தாள். குடித்துவிட்டு குவளையை முக்காலியில் வைத்துவிட்டு, பையைத் திறந்து சில பத்திரிகைகளை எடுத்தான்.

"சமீபத்து இதழ்களை பாத்திட்டீங்களா மேடம்?" என்று கேட்டபடி அவளிடம் நீட்டினான்.

அவற்றைப் புரட்டியபடி, "எத்தனை வருஷமா மும்பாய்ல இருக்கீங்க?" என்றாள். முக்காலியின் கீழ் ஒரு டிஜிடல் ரிகார்டர் கிடந்ததை அவன் பார்க்கவில்லை.

சிறிது நேரம் பேசிவிட்டு அவன் கிளம்ப முற்பட்டதும், அவன் பத்திரிகைக்கான காசோலையைத் தந்துவிட்டு, "சாப்பிட்டுட்டுப் போகலாமே?" என்றாள். எந்த பந்தாவும் காட்டாமல் ஒப்புக்கொண்டான். கழிவறை எங்கேயிருக்கிறது என்று அவளிடம் கேட்டுக்கொண்டு கை கழுவிக்கொண்டு வந்தான்.

ஸ்டெல்லா மெல்ல வெளியே வந்து இன்னொரு தட்டை மேசை மேல் வைத்தாள். சுதா அவளை அறிமுகப்படுத்தினாள். மூவரும் சாப்பிட அமர்ந்தனர்.

சாப்பிடும்போது தன் கால்-ஸெண்டர் வேலை பற்றிக் கூறினான். ஸ்டெல்லா வேலை பற்றி விசாரித்தான். சுதா செய்யும் சுய தொழிலில் உதவுவதாகக் கூறினாள். சுதா பங்குச் சந்தை வேலை என்று பொதுவாகக் கூறி வைத்தாள். தன் வேலை பற்றியும், தன் தாய் பற்றியும் அவன் சகஜமாகப் பேசினான். தங்கை பற்றிச் சொன்னான். "இப்போதைக்குக் கண்ணாடி முன்னாலதான் அவள் வேலை" என்றுவிட்டுச் சிரித்தான். ஸ்டெல்லா அவன் கவிதை ஒன்றைப் பற்றிக் கேட்டதும், "அட, நீங்க இதல்லாம் படிப்பீங்களா?" என்று அதிசயித்தான். மெல்ல, 'அவன் அவளைத் திறந்தான்'னு நீங்க சொல்றபோது, அந்தக் கூடல்ல அவன்தான் ஆதிக்கம் செலுத்தறான்னுட்டு ஒரு பிம்பம் வருது இல்லையா?" என்றாள். "அது ஏன் அப்படி நினைக்கறீங்க?" என்று கேட்டான். "பாலசந்தர் படத்துல ஒரு ஆண் பெண்ணோட இணையறதை தம்பூரா மேல இருக்குற உறையைக் கழட்டுற மாதிரி காட்டுவாரு. அது மாதிரிதான் இது. ரொம்ப சாதாரண ரொம்ப எளிமையாக்கிட்ட குறியீடு. அவள் ஒரு வாத்தியம். அதை வாசிக்கப் போறது அவன். அவள் ஏதோ அவன் பாவிக்கிற ஒரு பொருள் மாதிரி ஆயிடுறா, இல்லையா?" சட்டென்று அவளைக் கூர்ந்து பார்த்து, "அப்படி நான் யோசிக்கலை. ஆனா நீங்க சொல்றது பொருத்தமாத்தான் இருக்குது" என்றான்.

சுதாவுக்கு அவர்கள் பேசுவது பொதுவாகப் புரிந்தாலும் கவிதை பற்றி ஒன்றும் தெரியாததால் குறுக்கிடாமல் இருந்தாள்.

2:30க்குச் சிங்காரவேலு கிளம்பினான்.

“அடிக்கடி வாங்க” என்றாள் சுதா. “இந்தச் சமயத்துல வந்தா நான் கொஞ்சம் ஓய்வா இருப்பேன்.”

“கட்டாயம்” என்றுவிட்டு விடை பெற்றுக்கொண்டான்.

ஸ்டெல்லா உள்ளே போய் வேலையைக் கவனிக்க ஆரம்பித்திருந்தாள்.

“ஸ்டெல்லா, கொஞ்சம் வித்தியாசமான நபர்தான் இல்லையா?”

“கவிதை எழுதறார், அதனாலயா?”

“இல்லை. சாப்பிட்டு முடிச்சதும் தட்டை எடுத்துட்டு உள்ளே போய்க் கழுவி வெச்சார், கவனிச்சியா?’

“ம்”

“சாதாரணமா, ஆம்பிளைகள் அப்படிச் செய்ய மாட்டாங்க. அவங்கம்மா டீச்சர். வேலை பார்க்கறவங்க. அதனால ஒரு பொறுப்பான குணம் இருக்குது.”

“ம்”

“அந்தப் பதிவை இப்போ எழுத வேண்டாம். மொத்தமா எழுதிக்கலாம். கம்ப்யூடர்ல போட்டுடு.”

“சரி, சுதாம்மா.”

“சமக் சல்லோ” என்று பாடியது கைபேசி.

“ஸ்டெல்லா, ப்ளீஸ் இந்த ரிங்டோனெல்லாம் வேண்டாமே எனக்கு. போடாதே” என்றபடி எடுத்தாள்.

“சுதா குப்தாவுடன் பேச முடியுமா?”

“நான் சுதா குப்தாதான் பேசுகிறேன்.”

“என் பெயர் பூஜா அத்வானி. ஒரு நபரைத் தொடரும் வேலையை உங்க ஏஜென்ஸி ஏற்பது உண்டா?”

“எங்கே, யாரைத் தொடர வேண்டும் என்பதைப் பொறுத்திருக்கிறது மீஸ் பூஜா அத்வானி. அதற்கான கட்டணமும் அதைப் பொறுத்துதான் இருக்கும்.”

“சரி. இது கொஞ்சம் அந்தரங்கமான விஷயம். அதனால். . .”

“என்னிடம் வரும் வேலை எல்லாமே அந்தரங்கமானவைதான்.”

“இல்லை, அப்படியில்லை. என் கணவர் தாரக் அத்வானி இரவு வெகு நேரம் கழித்து வீடு திரும்புகிறார்.”

“எத்தனை நாளாக?”

“இரண்டு ஆண்டுகளாக.”

“இத்தனை நாட்களாகவா நீங்கள் அதைப் பற்றி விசாரிக்கவில்லை?”

“இல்லை, அவர் துபாய்ல வேலை பார்க்கிறார். ஆறு மாதத்துக்கு ஒரு தடவை வருவார். அதனால் ஆரம்பத்தில் நான் கவனிக்கவில்லை. இங்கே வரபோது எல்லாமே பல தடவை இது நடக்கிறது.”

“சரி. அவருக்கு ஏதாவது கெட்ட பழக்கம் உண்டா?’

“கெட்ட பழக்கம் என்றால்?’

“பார்’களுக்குப் போவது, சூதாட்டம் அந்த மாதிரி . . .”

“இல்லை, இல்லை. அவர் ரொம்ப நல்ல மனிதர்.”

“பின்னே?”

“அவர் மொபைல் அழைப்புகளைப் பின் தொடரும் முறை மூலமாகத் தொடர்ந்தேன். அவர் சில இரவுகள் துபாயிலிருந்து கூட இரவு ஓர் எண்ணைத் தொடர்பு கொள்கிறார்.”

“யாருடைய எண் அது?’

”தெரியவில்லை. நான் அந்த எண்ணைக் கூப்பிட்டதும் ஒரு பெண் பதில் சொன்னாள். நான் தொடர்பைத் துண்டித்துவிட்டேன்.”

“எல்லாம்தான் உங்களுக்குத் தெரிந்திருக்கிறதே?’

“இல்லை, இரவு எங்கே போகிறார் என்று தெரியவில்லை.”

“சரி, எவ்வளவு நாட்கள் அவரைத் தொடர வேண்டும்?”

“நான்கு நாட்கள்.”

“அவர் தற்சமயம் மும்பாய் வந்திருக்கிறாரா?’

“ஆமாம். இன்றுகூட இரவு வெளியே போவதாகச் சொன்னார்.”

“இரவு வேலை. அதனால் ஒரு நாளைக்கு ஆயிரம் ஆகும். மீதி செலவுகள் தனி. அதைத் தவிர என் கட்டணம். நீங்கள் இருப்பது எங்கே?”

“நேபியன்ஸி ரோட். ரெயின்போ அபர்ட்மெண்ட்ஸ். உங்க கட்டணத்தை நான் ஏற்கிறேன். இன்று உங்களை வந்து சந்திக்கலாமா?”

“ஒரு நிமிஷம்” என்றுவிட்டு அவள் டயரியைப் பார்ப்பதற்குள் ஸ்டெல்லா 5:00 மணி என்று எழுதிக் காட்டினாள்.

“அஞ்சு மணிக்கு நீங்கள் வரலாம்” என்றாள் சுதா.

“சரி. நன்றி.”

அவள் கைபேசியை வைத்ததும் எண்ணையும் பெயரையும் அதில் சேர்த்தாள் ஸ்டெல்லா. உடனே, ‘நான்கு நாட்களுக்கான தொகையை முன்பணமாகத் தர வேண்டும்.’ என்ற குறுஞ் செய்தியுடன் முகவரியையும் வீட்டுக்கு வரும் வழியையும் இணைத்து அனுப்பினாள்.

“ஸ்டெல்லா, இருக்க முடியுமா உனக்கு? வேற வேலை உண்டா?”

“இருக்க முடியும் சுதாம்மா.”

“இரவு வேலைக்கு சுந்தரைக் கூப்பிடலாமா இல்லை ப்ரதீப் கிட்டச் சொல்லலாமா?”

”இது கொஞ்சம் நாசூக்கான சமாசாரம். அசம்பாவிதம் எதுவும் நடந்திடக் கூடாது. பீட்டர் கிட்டக் கேட்கலாமா?”

“இஸ்மாயில்கூட இந்த விஷயங்கள்ல சரியா வேலை செய்யக்கூடியவர்.”

“பீட்டர் கொலாபால இருக்கறதுனால அவனுக்குச் சௌகரியமா இருக்கும்னுட்டுப் பார்த்தேன்.”

“அதுவும் சரிதான்.”

ஸ்டெல்லா உடனே பீட்டரைத் தொடர்பு கொண்டாள். சுதாவுக்கு எல்லா வேலையும் உடனடியாகத் தொடங்கிவிட வெண்டும். பீட்டரிடம் அன்றிரவு வேலை இருக்கலாம் என்று கூறி எல்லா விவரங்களையும் கூறினாள். சிறிது நேரம் சென்ற பிறகு உறுதிப்படுத்துவதாகக் கூறினாள்.

சொன்ன நேரத்துக்கு வந்துவிட்டாள் பூஜா அத்வானி. நல்ல கம்பீரமும் மிடுக்கும் உள்ளவளாக இருந்தாள். கர்வியாகத் தெரியவில்லை. சகஜமாகப் பழகினாள். மிகவும் சாதாரணமாக, தன் வாழ்க்கை நிலை மும்பாயின் சீட்டா காம்பிலிருந்து நேபியன்ஸி தெருவுக்கு உயர்ந்தது பற்றிக் கூறினாள். அவள் கணவர் தாரக் அத்வானி பற்றி மிக உயர்வாகவே பேசினாள். அவர் நல்லவர்தான். அவர் ஏதாவது சிக்கலில் இருக்கலாம் என்று அவளுக்குத் தோன்றியது. அவளிடம் அவர் பழகும் முறை மாறவில்லை. ஆனால் சற்று விலகல் தெரிகிறது. இதற்குக்

காரணம் அந்தப் பெண்ணாக இருக்கும் என்று தோன்றுகிறது. அவர்கள் குழந்தைகள் வளர்ந்து கனடாவிலும் அமெரிக்காவிலும் இருக்கிறார்கள்.

அவர் தொடர்பு கொள்ளும் இரு எண்களைத் தந்தாள். அதே பெண்ணின் இரு கைபேசி எண்கள் என்றாள். இரண்டாம் எண்ணை அவள் தொடர்பு கொண்டபோது ஓர் ஆண் குரல் பதிலளித்ததாகவும் அவள் மேலும் பேசாமல் இருந்துவிட்டாள் என்றும் கூறினாள். அன்று இரவும் அவள் கணவர் வெளியே போவதாகக் கூறியுள்ளார் என்பதை மீண்டும் ஞாபகப் படுத்தினாள். சுமார் 7:30 மணிக்கு அவர் கிளம்புவார் என்றாள்.

முன்பணத்துக்கான தொகையை ரொக்கமாகவே எடுத்து வந்திருந்தாள். அதைத் தந்துவிட்டு, எழுந்து விடை பெற்றுக்கொண்டாள்.

ஸ்டெல்லா அவளை பாந்த்ராவில் விட முடியுமா என்று கேட்டதும், கட்டாயம் ஸ்டெல்லா அவள் காரில் பாந்த்ரா வரை வரலாம் என்றாள். ஸ்டெல்லாவும் கிளம்பினாள். கிளம்பும்போது பீட்டருக்குக் குறுஞ்செய்தி அனுப்பினாள் இரவு வேலை பற்றி.

அவர்கள் கிளம்பிய சிறிது நேரத்திலேயே செல்லம்மாளும் கிளம்பினாள். அவர்கள் எல்லாரும் சென்ற பின் திரும்ப வந்து முன்னறை சோபாவில் அமர்ந்துகொண்டாள் சுதா. எதிரே இருந்த சிறு வட்ட மேசையில் பூஜா எண்களை எழுதிய தாள் கிடந்தது.

கூப்பிட்டுத்தான் பார்க்கலாமே என்று முதல் எண்ணை அழுத்தினாள்.

"ஹலோ, மம்மி இல்ல. வெளியே போயிருக்காங்க. நீங்க யாரு?" என்றது ஒரு பெண் குரல் ஹிந்தியில். "ஆப் கோன்?" என்று அவள் கேட்ட முறையில் அவள் சிறு பெண்ணாக இருக்கலாம் என்று தோன்றியது.

இணைப்பைத் துண்டித்தாள். இன்னொரு எண்ணை அழுத்தினாள். காலிங் சிங்காரவேலு என்ற சொற்கள் தெரிந்தன கைபேசித் திரையில். அவள் இணைப்பைத் துண்டிக்கும் முன்,

"ஹலோ, சுதா மேடம். என்ன விஷயம்?" என்றது சிங்காரவேலுவின் குரல்.

"ஸாரி. உங்க நம்பரைத் தவறிப் போய் அழுத்திட்டேன்." முந்தைய எண்ணைக் குறிப்பிட்டு, அதைத் தொடர்பு கொள்ள முயல்வதாகக் கூறினாள்.

அந்தேரி மேம்பாலத்தில் ஒரு சந்திப்பு

“அது என் அம்மா நம்பர் மேடம். உங்களுக்கு எப்படி அவங்களைத் தெரியும்?”

“ஸாரி வேலு. யாரோ நம்பரைத் தப்பா குடுத்திருக்காங்க” என்றாள்.

“பரவாயில்லை மேடம். குட் நைட்” என்றான்.

மறுநாள் ஸ்டெல்லா வந்ததும், “ஸ்டெல்லா, அந்த செல்லம்மாளின் ரிப்போர்ட் அவ்வளவு சுலபமில்லைன்னுட்டுத் தோணுது” என்றாள்.

“ஏன், அந்த மிஸஸ் பூஜா அத்வானி கொடுத்த நம்பர் மிஸ்டர் சிங்காரவேலுவுட வீட்டுதா?”

“அட, சரியா சொல்லிட்டியே?”

“எலிமென்டரி, சுதாம்மா. அவருடைய நம்பரை நான்தான் உங்க மொபைல்ல பதிவு செய்தேன். மிஸஸ் அத்வானி ரெண்டு நம்பர்களைக் குறிச்சதுமே ரெண்டாவது நான் பதிவு செய்த நம்பர்னுட்டுத் தெரிஞ்சிடுச்சி. நீங்க நேற்று வழக்கத்தை விட அதிகமா களைச்சிருந்தீங்க. இல்லாட்டி ஒரு நம்பரை அழுத்தினா அது உங்க மனசுல ஃபோட்டோ எடுத்த மாதிரி பதிஞ்சிடும். உங்க சூட்சுமத்துல ஒரு அஞ்சு சதவிகிதமாவது என் கிட்ட இருக்காதா என்ன?”

சுதா சிரித்தாள்.

கைப்பையை வைத்துவிட்டு உட்கார்ந்த ஸ்டெல்லா, “அந்த நம்பரை நான் கவனிச்சதாலதான் அவங்களோட போகணும்னு தீர்மானிச்சேன்” என்றாள்.

“சரி, என்ன ஆச்சு வழியில?”

“அவங்க ரொம்ப நல்லவங்க. சீட்டா கேம்ப்புல அவங்க இருந்தப்ப மிஸ்டர் அத்வானி அங்க சீட்டா கேம்ப், ட்ராம்பே, மாங்கூர்டுல முனிசிபல் கார்ப்பரேட்டரா இருந்திருக்காரு. அவருக்கு ரொம்ப நல்ல பேரு. அங்க இருந்த பலரோட பிரச்னைகளைத் தீர்த்திருக்காரு. சிங்காரவேலு அப்பாக்கு ஒரு சின்ன பெட்டிக்கடை அதிலேயே ஒரு டீக்கடையும் வைக்க அவர்தான் உதவியிருக்காரு. அவங்கம்மா அப்ப டீச்சரா இருக்கலை. நான் அவங்க கிட்ட மெள்ளப் பேசி எல்லாத் தகவலையும் வாங்கினேன்.”

“உதவியிருக்காரு, சரி. இப்ப என்ன திடீர்னுட்டுத் திரும்பியும் அவங்களைத் தொடர்பு கொள்ளணும்?”

"அதுதான் தெரியணும்."

"பீட்டர் ரிப்போர்ட் அனுப்பிச்சுட்டானா?"

"காலையிலேயே அனுப்பியாச்சுது. ராத்திரி ஒரு எஸ்.எம்.எஸ். அனுப்பினான்."

"என்னனுட்டு?"

"வேலை 11:30 மணிக்கு முடிஞ்சுதுன்னுட்டு."

"எங்க போனாராம்?"

"தாராவிக்கு. அவர் நுழைஞ்ச வீடு பத்தி அக்கம்பக்கம் விசாரிச்சப்ப அது டீச்சரம்மா வீடு, அவங்களுக்கு சிங்காரவேலுன்னுட்டு ஒரு மகன், ஸுநயனான்னுட்டு ஒரு பொண்ணுன்னாங்களாம்."

"ஸுநயனாவா? தமிழ்ப் பெயராவே இல்லியே?"

"இல்லை. அது மிஸ்டர் அத்வானியோட அம்மாவுடைய பெயர். கூகுள்ல கண்டுபிடிச்சேன்."

"என்னது?!"

"ஆமாம். அவளுக்கு ஏன் அந்தப் பெயர், என்ன தொடர்பு ஒண்ணும் புரியல."

"கிணறு வெட்ட பூதம் கிளம்பின மாதிரி இல்ல இருக்குது!"

"கிணறே இன்னும் வெட்டலை. அதுக்குள்ள பூதம்" என்றுவிட்டுச் சிரித்தாள் ஸ்டெல்லா.

இருவருமாகப் பீட்டரின் அறிக்கையைப் படித்தனர்.

என் வேலை மாலை 7:30 மணிக்குத் துவங்கியது. (பார்க்கப்போனால் 6:30 மணிக்கு. குறிப்பிட்ட நபர் எத்தனை மணிக்கு வெளியே போவார் என்பது நிச்சயமில்லாமல் இருந்ததால் 6:30 மணிக்கே ஆஜராகிவிட்டேன்.) மிஸ்டர் அத்வானி காரில் அமர்ந்து டிரைவர் வண்டி எடுத்ததும் நான் மோட்டார்பைக்கில் தொடர்ந்தேன். (இவர்கள் வீட்டில் இரு வண்டிகள் உண்டு. ஒரு வண்டியில் அந்த வீட்டம்மா போயிருந்தார் வெளியே. அந்தக் கட்டிட வாட்ச்மேன் கூறிய விவரம். அம்மையாரின் கார் புது ஃபியட். அவர் டிரைவர் உ.பிகாரர். பெயர் ஸ்ரீகாந்த் யாதவ். மிஸ்டர் அத்வானியின் கார் மாருதி 1000. டிரைவர் தமிழர். பெயர் அன்பழகன்.) கிளம்பும்போது மணி சரியாக 7:30. முதலிலேயே அவர் டிரைவரிடம், "தாராவிக்கு; ஸீ லிங்க் வழியாக" என்று சொன்னதைக் கேட்டிருந்தேன். அதனால்

வார்டன் தெரு, ஹாஜி அலி வந்து அவர்கள் ஸீ லிங்க்கில் திரும்பும் போது, ஸீ லிங்க்கில் மோட்டார்பைக் செல்ல அனுமதி இல்லாததால், நான் வர்லியிலிருந்து பாந்த்ரா முனை வரை துல்ஸிபைப் தெருவில் விரைந்து வந்து நெடுஞ்சாலை முனையில் காத்திருந்தேன். அவர்கள் கார் ஸீ லிங்க்கிலிருந்து பாந்த்ராவில் நுழைந்ததும் மீண்டும் பின்தொடர்ந்தேன். நல்ல நெரிசல் நேரம். பாந்த்ராவில் வலதுபுறம் திரும்பி, பிறகு தாராவியின் குறுகலான ஒரு சந்தில் நுழைந்து ஒரு வீட்டின் முன் கார் நின்றது. மணி 9. மிஸ்டர் அத்வானி அந்த வீட்டுக்குள் போனார். வெளியே இருந்த பான்வாலா, அக்கம்பக்கம் இருந்தவர்களிடம் மெல்லப் பேச்சுக்கொடுத்தபோது அது ஒரு டீச்சர் வீடு என்று தெரிந்தது. வடாலா பள்ளியொன்றில் டீச்சர். பெயர்: மலர்விழி. டீச்சருக்கு ஒரு மகன். பெயர்: சிங்காரவேலு ஆறுமுகம். (சிங்காரவேலு மறைந்துபோன ஒரு கம்யூனிஸ்ட் கட்சித் தலைவரின் பெயர். டீச்சரின் மறைந்துபோன கணவர் இடதுசாரிக் கட்சிகளின் அபிமானி.) கணவர் பெயர் ஆறுமுகம். டீச்சருக்கு ஒரு மகளும் இருக்கிறாள். பெயர்: ஸுநயனா. மகன் ஒரு கால்-ஸெண்டரில் வேலை பார்க்கிறார். கூடவே எம்.ஏ பரீட்சை தனிப்பட்ட முறையில் எழுதப் படிக்கிறார். தமிழில் ஆர்வம் உண்டு. ஒரு பத்திரிகை நடத்துகிறார். பெயர்: தென்னந்தோப்பு. இங்கே இருக்கும் குழந்தைகளுக்காக ஒரு லைப்ரரி நடத்துகிறார். கம்ப்யூடர் வகுப்பும் எடுக்கிறார். பல ஆண்டுகள் ஒரு டி.வி.எஸ் ஸ்கூட்டிதான் ஓட்டிக்கொண்டிருந்தாராம். இப்போதுதான் ஒரு பஜாஜ் கிறிஸ்டல் வாங்கியிருக்கிறாராம். சிவப்பு நிறம். வீட்டின் பக்கத்தில் ஒதுக்குப்புறத்தில் நின்றுகொண்டிருந்தது. மகள் பத்தாவது படிக்கிறாள். மஹேஷ் ட்யூடோரியல் வகுப்புகளுக்குப் போகிறாள். மிஸ்டர் அத்வானி வந்த ஒரு அரை மணிக்குப் பிறகுதான் அவள் வந்தாள்.

அவள் வந்தபின் சரியாக அரைமணிதான் மிஸ்டர் அத்வானி அந்த வீட்டிலிருந்தார். வெளியே வரும்போது மணி 10. டீச்சரும் மகனும் சிரித்தபடி வெளியே வந்து வழியனுப்பினார்கள். மிஸ்டர் அத்வானியின் முகமும் மலந்திருந்தது. காரில் வந்து அமர்ந்துகொண்டார். கை அசைத்து விடை பெற்றார். டீச்சரின் மகனும் ஸ்கூட்டரை எடுத்துக்கொண்டு கிளம்பினார். வந்த வழியாகவே அவர்கள் போனார்கள். நான் மாஹிம் துல்ஸிபைப் வழியாகத் திரும்பி வர்லியில் அவர்களுக்காகக் காத்திருந்தேன். பிறகு அவர்கள் வண்டி நேபியன்ஸி தெரு போயிற்று. மணி இரவு 11. நான் கொலாபா போகும்போது மணி இரவு 11:30.

பெட்ரோல் 'பில்'லின் கணினி நகலையும், தாராவியில் டீ மற்றும் தோசைக்கான (ஆனியன் ரவா தோசை, மூன்றுவித

சட்னியுடன். ருசி நாக்கில் நிற்கிறது) 'பில்'லின் கணினி நகலையும் இணைத்திருக்கிறேன்.

பி.கு.: ஸ்டெல்லா, சுதா மேம், ஒரே வழக்கில் இத்தனைக் கடினமான தமிழ்ப் பெயர்கள் இருந்தால் எப்படி? திணறிப் போய்விட்டேன். நாக்கை மடித்து, தொண்டையிலிருந்து ஏதோ ஒரு வார்த்தை வருகிறது. ஆங்கிலத்தில் இஸெட் போட்டு எழுதுவது. அது எனக்கு என்றைக்கும் சொல்ல முடியாது என்றே தோன்றுகிறது. ஆனியன் ரவா தோசை சாப்பிட மட்டும் நான் எப்போதும் தயார்!

"வழக்கமான முழு ரிப்போர்ட் பீட்டரிடமிருந்து. இன்னும் மூணு நாள் ஃபாலோ பண்ணணுமா அவரை?"

"கட்டாயமா. இன்னும் எதுவுமே கையில பிடிபடலை ஸ்டெல்லா."

மூன்று நாட்கள் கழித்து பீட்டரிடமிருந்து வந்த அறிக்கையில் தெளிவாக எழுதியிருந்தது மிஸ்டர் அத்வானி முதல் நாளிலிருந்து நான்கு நாட்களும் சென்ற இடம் தாராவியில் அதே வீடு என்று.

○

அடுத்து என்ன செய்ய வேண்டும் என்று தீர்மானிப்பதில் சில பிரச்சினைகள் இருந்தன. இடையில் சில முறைகள் சிங்காரவேலு வந்து கொஞ்ச நேரம் பேசிவிட்டுப் போனான். கலகலப்பாகப் பழகினான். சுதாவிடம், "நீங்க என்னை வாங்கபோங்கன்னுட்டுச் சொல்ல வேண்டாம் மேடம். நான் சின்னப் பையன்தானே?" என்றான் உரிமையுடன். அவன் அம்மா ஒரு முறை கூப்பிட்டு சிங்காரவேலு அவளைப் பற்றி நிறையக் கூறியிருப்பதாகவும், வீட்டிற்கு ஒரு முறை வரும்படியும் கூறினாள். செல்லம்மாள் வேறு அந்தக் குடும்பம் பற்றிய தகவல்கள் கிடைத்தாகிவிட்டதா என்று நெருக்கினாள்.

நிறைய யோசித்த பிறகு சுதா மலர்விழியைப் பார்க்கப் போனாள். அன்று அவளுக்கு விடுமுறை. அன்று மழையும் பேய் மழையாக இல்லாமல் விட்டு விட்டுப் பெய்தது. சிங்காரவேலு வீட்டில் இல்லாத நாளாகத் தேர்ந்தெடுத்தாள். பேச்சின் இடையே அவள் தன்னைப் பற்றி மிகவும் இயல்பாக, திறந்த மனத்துடன் கூறியதைக் கைப்பையில் வைத்திருந்த டிஜிடல் ரிகார்டரில் பதிவு செய்யும்போது கொஞ்சம் மனது சங்கடப்பட்டது. ஒரு தோழியை ஏமாற்றுவது போல் பட்டது. இருந்தும் அதைச் செய்ய வேண்டி இருந்தது.

திரும்பி வந்த பின் பதிவு செய்த சில பகுதிகளை ஸ்டெல்லாவுக்காக ஓட விட்டாள்:

வாங்க, வாங்க சுதாம்மா. ஐயோ, எனக்கு ஒரே சந்தோஷமா இருக்குது நீங்க வந்தது. சேர்ல உட்காருங்க. இல்லன்னா கீழ பாய் போடறேன். குடையை இப்படி வெக்கிறேன். தம்பி உங்களப் பத்தி நிறையச் சொல்லியிருக்கான். அவன் வஸை போயிருக்கான் ஏதோ வேலையா. ஸுநயனாவுக்கு இன்னிக்கு ஸ்பெஷல் க்ளாஸ் . . . .

நல்ல மழை ஆரம்பிச்சிடுச்சி இல்லையா? இன்னிக்குத்தான் விட்டு விட்டுப் பெய்யுது.

[யாரோ: டீச்சரம்மா, கொஞ்சம் குடை ஒண்ணு குடுங்களேன். கிளம்பறப்ப மழை இல்ல. இப்ப பிடிச்சிகிச்சு. இதோ இந்தக் குடையை எடுத்துக்கவா?

ஐயோ, அது விருந்தாளி குடைங்க. இதை எடுங்க.]

வாங்க சுதாம்மா, சாப்பிட்டுக்கிட்டே பேசலாம். லீவு நாளா, இன்னிக்கு முட்டைக்கறி பண்ணினேன். தேங்காப்பால் விட்டுப் பண்ணியிருக்கேன். கொலிவாடாலேந்து வறுத்த மீனு பக்கத்து வீட்டுக்காரரு வாங்கிட்டு வந்தாரு. மீனு புடிக்குமா? இல்லன்னா புடலங்கா பொரியல் வெச்சிக்குங்க . . .

மலர்விழி, சிங்காரவேலு என் கிட்ட அவன் அம்மாவைப் பத்தி நிறையச் சொல்லியிருக்கான். நீங்க டீச்சரா இருக்கறது, அவன் பத்திரிகை நடத்தறது, அக்கம் பக்கத்துல உங்களுக்குத் தர மரியாதை இதை எல்லாம் பார்த்தா நீங்க ஒரு அபூர்வமான மனுஷின்னுட்டுத் தோணுது. எனக்கு உங்களைப் பத்திச் சொல்லுங்களேன். ஏதோ பேட்டி மாதிரி கேக்கறேன்னுட்டு நினைக்காதீங்க. சும்மா தெரிஞ்சுக்க ஆசை. அவ்வளவுதான்.

உங்க கிட்டச் சொல்ல என்ன சுதாம்மா? உங்க கிட்ட நெருக்கமா உணரறேன். காரணம் தெரியல. மனசு விட்டுப் பேசி ரொம்ப நாளாச்சு சுதாம்மா . . .

எங்கன்னுட்டு ஆரம்பிக்க? இங்க போட்டோல இருக்கறதுதான் எங்க வீட்டுக்காரர். ஒறவுதான். ஒண்ணுவிட்ட அத்தை பையன். பத்தாவது வரைக்கும்தான் படிச்சாரு. அவங்க வீட்டு நிலமை சரியில்ல பாவம். மேல படிக்க முடியல. நல்ல உழைப்பாளி. விவசாய வேலைதான். நான் ப்ளஸ் டூ வரைக்கும் படிச்சேன். மேல படிக்க ஆசைதான் அப்போ. ஆனா எங்க வீட்டுலயும் வசதி பத்தாது. அப்பாவுக்கு உடம்பு சுகமில்லாம போச்சுது. நான் கடைசிப் பிள்ள. கட்டி வைக்கணும், கடமையை முடிக்கணும்னு நினைச்சாங்க. இவங்க வீட்டுலதான்

பொண்ணு கேட்டு வந்தாங்க. படிப்பு இல்லன்னாலும் இவர் குணம் பிடிச்சிருந்திச்சு. ஒத்துக்கிட்டேன். அடுத்த வருஷம் தம்பி பொறந்துட்டான். இவருக்கு கம்யூனிஸ்ட் கொள்கைல பிடிப்பு இருந்திச்சு. அதைப் பத்தி எல்லாம் நிறையப் பேசுவாரு. அதுதான் சிங்காரவேலுன்னு பேர் வெச்சோம். சிங்காரவேலுவைத் தெரியுமில்ல?

தம்பிக்கு நாலு வயசு இருக்கும்போதே இங்க வந்துட்டோம். விவசாயமே பண்ண முடியாதபடிக்கு ஆச்சுது. ஒரு தூரத்து சொந்தக்காரரோட வந்தோம். அவர் என்னன்னா சேம்பூர்ல ஒரு பிளாட்பாரக் குடிசையில விட்டுட்டுப் போயிட்டாரு. அப்புறம்தான் வேற யார் மூலமாவோ தாரக் அத்வானினுட்டு ஒரு நல்ல மனுஷரைப் பார்த்தோம். தாரக் ஸாஹேப் சீட்டா கேம்ப், ட்ராம்பே பகுதில முனிசிபல் கார்ப்பரேட்டரா இருந்தாரு. நல்லவரு. என் அண்ணன் மாதிரி. அப்பா மாதிரின்னு கூடச் சொல்லலாம். அவருதான் சீட்டாகேம்ப்புல இருக்க வசதி செய்து தந்தாரு. இவருக்கு ஒரு பெட்டிக்கடை, டீக்கடை போட லைசன்ஸ் வாங்கித் தந்தாரு. அது மட்டுமில்ல. நான் மேல படிக்கணும்னுட்டு ரொம்பச் சொன்னாரு. நான் பி.ஏ. படிக்க ஆரம்பிச்சேன். நான் பி.ஏ. முடிச்சிட்டு ஆசிரியப் பயிற்சிக்கு சேர்ந்தேன் பாருங்க தாரக் ஸாஹேப் துபாய் போயிட்டாரு. ஒரு நாள் என்ன ஆச்சுன்னுட்டே தெரியலை. நான் கிளம்பிட்டிருக்கேன். காலையில கடைக்குப் போனவரு, 'மலரு, என்னவோ பண்ணுது'ன்னாரு. 'ராத்திரி சோலே சாப்பிடாதீங்க, முழுக்கடலை ஒடம்புக்கு ஆகாதுன்னா கேக்கறீங்களா? வாயுதான்'னுட்டு புஸ்தகம், பை எல்லாம் கீழ வெச்சிட்டு, ஓமத்தையும் வெந்நியையும் எடுத்துட்டு வரேன். இவரு நாற்காலில நெஞ்சப் பிடிச்சுட்டு உட்கார்ந்திருக்காரு. என்னைப் பார்த்துக் கையை நீட்டினாரு. கை விழுந்து போச்சுது . . . அஹ்ஹ்ஹ்ஹ

அழாதீங்க மலர். தண்ணி கொண்டாரவா?

மன்னிச்சுக்குங்க சுதாம்மா. அவரு போய் ஆச்சு பதினேழு வருஷம். அவர் இன்னும் நெஞ்சுலயே நிக்கறாரு. ஒரு கோபம் உண்டா, தாபம் உண்டா? வெத்தலை கூடப் போட மாட்டாரு. . .

ஸுநயனா . . .

அது ஒரு கதை சுதாம்மா. நல்ல கதையில்ல. ஆனா ஸுநயனா ஒரு கொடையா வந்தா. தம்பிக்கு அவன்னா உசிரு . . .

இவரு போன சமயம் தாரக் ஸாஹேப் துபாய்ல இருந்தாருன்னு சொன்னேன் இல்லியா? அவரு தம்பி வினய் அத்வானின்னு ஒருத்தரு. அவருதான் அப்போ ஆதரவா இருந்தாரு. பெட்டிகடையையும் டீக்கடையையும் வாங்கிக்கறதா சொன்னாரு. அந்த இடத்துல கொஞ்சம் பெரிசா ஒரு சாப்பாட்டுக்கடை வெக்க அவரு ஆசைப் பட்டாரு. எனக்குத்தான் மனசில்ல. ஒரு ஆளப் போட்டு நடத்திட்டிருந்தேன். அண்ணன் மாதிரி இல்ல இவரு. எல்லார் கிட்டயும் அதிகம் பழக மாட்டாரு. ஆனா நம்ப வீட்டுக்கு வந்து போயிட்டு இருந்தாரு. அவர் அண்ணன் ஆதரிச்ச குடும்பம்னு ஒரு நெனப்பு இருந்திருக்கலாம்...

மலர், எனக்குப் புரியுது. நீங்க சொல்ல வேண்டாம்.

இல்ல சுதாம்மா. சொல்லிடறேன். இன்னிக்கு என்னவோ பொங்கிப் பொங்கி வருது. இருங்க. தண்ணி கொண்டிட்டு வரேன்...

நெனச்சா தொண்டையடைச்சுப் போவுது. தன்னந்தனியா இருந்தனா, ஒரு கட்டத்துல எளகிட்டேன் சுதாம்மா. திடீர்னு வயத்துல உருவானபோதுதான் பிரக்ஞை வந்திச்சு. அவர் கிட்டச் சொன்னேன். 'இந்த எடமே வேண்டாம். வேற எடம் போயிடலாம்'னுட்டுச் சொன்னாரு. தாராவியில அவருக்குச் செல்வாக்கு இருந்திச்சு. அந்தப் பக்கமா ஒரு வீடு வாடகைக்கு எடுத்துக் குடிவந்தோம். தம்பி இங்கயிருந்தே சேம்பூர் ஸ்கூல் போய் படிச்சிட்டிருந்தான். கடையை வாங்கிட்டுப் பணத்தைத் தந்தாரு. ரெண்டு நாள் கழிச்சி வந்தவருக்கு விருந்து ஆக்கிப் போட்டேன். ஆட்டுக்கறிதான் பிடிக்கும் அவருக்கு. நல்லா சாப்பிட்டுட்டு காலையில போனவருதான். திரும்பி வரல... எத்தனை ஃபோன் போட்டாலும் ஃபோனை எடுக்கல்ல. வயித்துல மூணு மாசம். இடிஞ்சு போயிட்டேன் சுதாம்மா. யார் கிட்ட சொல்ல, என்ன செய்ய? பக்கத்து வீட்டுல சரஸ்வதின்னு ஒரு அம்மா இருந்தாங்க. ஆயான்னுதான் அவங்களைக் கூப்பிடுவேன். அவங்களைக் கூப்பிட்டு வெச்சு, 'ஆயா இப்படி ஆயிடுச்சு. இதைக் கலைக்க ஒரு வழி சொல்லுங்க'ன்னுட்டு கதறிட்டேன். சரின்னுட்டு அவங்க போனாங்க.

நாங்க பேசிட்டிருந்தமா, எப்ப தம்பி ஸ்கூல் விட்டு வந்துதுன்னே தெரியல. சாப்பாட்டுத் தட்டைப் போட்டு சோறு போட்டதும் என் கையைப் பிடிச்சு, 'அம்மா'ன்னான். கண்ணுல தண்ணி தளும்புது. 'என்னடா, என்னடா'ன்னு பதறிட்டேன்.

‘அம்மா, பாப்பாவை ஒண்ணும் பண்ணிடாதேம்மா’ன்னான். அப்படியே உலுக்கிப் போட்டிச்சு எனக்கு. பன்னெண்டு வயசு முடியல இன்னும் அவனுக்கு அப்ப. பலதையும் பார்த்து வளர்ற புள்ளைகளுக்கு சூட்சுமம் அதிகமா இருக்குமோ, இல்ல இவன்தான் இப்படி அபூர்வமா வந்தவனான்னு தெரியல சுதாம்மா. பெரிய மனுஷன் மாதிரி சொன்னான். அவன் ரெண்டு கையையும் எடுத்து முகத்துலயும் நெஞ்சுலயும் வெச்சுக்கிட்டேன். அழுதேன். ’டேய், நீ என் மகன் இல்லடா. என் அப்பன்டா. என் தகப்பன்சாமிடா நீ’ன்னு சொல்லி அப்படி அழுதேன் . . .

சரஸ்வதி ஆயா உதவில கொஞ்சநஞ்சம் நகை வித்த பணம், கடை வித்ததுல வந்த பணத்துல கொஞ்சம்னு போட்டு தாராவியிலேயே இன்னொரு பக்கத்துல இந்த வீட்டை எடுத்தோம். மத்த பணத்தை பாங்குல போட்டேன். ஒரு வருஷம் படிப்பு தடைபட்டுப் போச்சுது. ஸுநயனா பொறந்தா. பொறந்த ஒரு வாரத்துல அங்கயிங்க விசாரிச்சுட்டு தாரக் ஸாஹேப் வந்தாரு. குழந்தையப் பார்த்ததும் திகைச்சுட்டாரு. அவர்கிட்ட மறைக்கலை எதையும். அவங்கம்மா பேரை வெக்கச் சொன்னாரு. இப்பவும் ஸுநயனா அவரை தாவ்ஜீன்னுதான் கூப்பிடுவா. எப்பவாவது வருவாரு. ஃபோன்ல பேசுவாரு. ஸுநயனா படிப்பு செலவெல்லாம் அவருதுதான். வேணான்னா கேக்க மாட்டாரு. தம்பிய எம்.ஏ. படின்னு ரொம்பச் சொல்லித்தான் அவன் படிக்க ஆரம்பிச்சிருக்கான். இங்கயே இருக்குற குழந்தைகளுக்கு ஒரு லைப்ரரி வெச்சிருக்கான். அங்க வர குழந்தைகளுக்கு ட்யூஷன் சொல்லித் தருவான். கம்ப்யூடர் க்ளாஸ் எடுப்பான். பிக்னிக் கூட்டிட்டுப் போவான்.

நல்ல மனசு வேலுவுக்கு.

அவன் என் மகன் மட்டுமில்ல சுதாம்மா. என் சிநேகிதன். தங்கச்சி மேல உசுரயே வெச்சிருக்கான். இப்ப ரெண்டு வருஷமா தாரக் ஸாஹேப் ரொம்பக் கேக்குறாரு. அவரு தம்பி கேன்ஸர்ல போயிட்டாப்பல. பிள்ள குட்டி இல்லையாம். அவரு தம்பி வீட்டுல இவரு ஸுநயனா பத்திச் சொல்லவும் ‘உடனே கூட்டிட்டு வாங்க. முறையா தத்து எடுக்கறம்’னுட்டு அவங்க தம்பி வீட்டுக்காரி ரொம்பக் கெஞ்சுறாளாம். தம்பி மாட்டவே மாட்டேன்னுட்டுது. ஸுநயனாவும் ‘மாட்டேன் தாவ்ஜி’ன்னுட்டா. ஃபோனு மேல ஃபோனு. அவ ட்யூடோரியல் முடிஞ்சு வர ஒம்பது ஒம்பதரை ஆயிடும். இங்க வந்தா அதுக்கு மேல வந்து

பார்த்துப் பேசிட்டுப் போவாரு. ஸூநயனா அப்படியே அவங்கம்மா சாயலாம் . . .

❍

கேட்டு முடித்த பின் ஸ்டெல்லா, சிங்காரவேலு வீட்டுக்கு வந்தபோதெல்லாம் பேசியதைப் பதிவு செய்ததைக் கணினியில் ஏற்றி அச்சிட்ட தாள்களைக் காட்டினாள். சில பாராக்களை அறிக்கையில் சேர்க்க அடிக்கோடிட்டிருந்தாள். அடிக்கோடிட்டிருந்தப் பகுதிகளை முதலில் படித்தாள் சுதா.

முதல் பதிவிலிருந்து:

சி.ஆ: எனக்கு நாலு வயசு இருக்கும்போதே பம்பாய் வந்துட்டோம். சீட்டா கேம்ப்புல இருந்தோம். பத்து வயசுல அப்பா திடீர்னு இறந்துட்டாரு. கஷ்டப்பட்டோம் நிறைய. அப்பா ஒரு புகை மாதிரிதான் மனசுல இருக்காரு. அவர் குரல்தான் அப்படியே பெரிய வெங்கல மணியோட சத்தம் மாதிரி மனசுல ஒலிச்சுட்டே இருக்குது. நான் கொஞ்சம் பெரியவனான பிறகுதான் அவரோடு பெட்டியில இருந்த புஸ்தகம் எல்லாம் பார்த்தேன். அவருக்கும் இலக்கியத்துல ஆர்வம் இருந்திருக்குது. பாரதியார் கவிதைகள், பாரதிதாசன் கவிதைகள் எல்லாம் பிளாஸ்டிக் பேப்பர்ல அட்டை போட்டு வெச்சிருந்தாரு. புதுமைப்பித்தன், கு. அழகிரிசாமி எல்லாம் நல்ல கெட்டி பேப்பர்ல அட்டை போட்டு வெச்சிருந்தாரு. உள்ள அவர் பேரும் வாங்கின தேதியும் இருக்கும். தாமரை பத்திரிகை நிறைய பைண்ட் பண்ணி இருந்தது பெட்டிக்குள்ள. சில புத்தகங்க வாங்கின சீட்டு அப்படியே இருந்தது. அதைத் தொட்டுத் தொட்டுப் பார்த்தேன். அவரையே தொடற மாதிரி இருந்திச்சு.

இரண்டாம் பதிவிலிருந்து:

சி.ஆ: ஆரம்பத்துல நான் தமிழ் மீடியம் இருக்குற முனிசிபல் ஸ்கூல்லதான் படிச்சேன். அது சரியா வரல்லேன்னுட்டு அப்புறமாதான் இங்லீஷ் ஸ்கூல்ல சேர்த்தாங்க. 1998லதான் அங்க ஸ்டார் ஹை ஸ்கூல் ஆரம்பிச்சாங்க. அதுக்குள்ள என்னை சேம்பூர் ஓ.எல்.பி.எஸ்ல சேர்த்துட்டாங்க. அங்க சீட்டா கேம்ப்ல முக்கால்வாசி தமிழ் ஆட்கள்தான். இசுமாயில்னு ஒரு தமிழ் வாத்தியார் அங்க இருந்தாரு. அவரும் அப்பாவும்தான் தமிழ் கத்துத் தந்தாங்க. இசுமாயில் சார் நல்லா பாடுவாரு. வயசானவரு. அவரும் அப்பாவும் பழைய தமிழ் சினிமாப் பாடல்களைப் பாட ஆரம்பிச்சாங்கன்னா கூடிடுவாங்க எல்லாரும். அப்பா காலத்துக்கு முந்தின பாட்டெல்லாம்

கூட அப்பா இசுமாயில் சார் கூடப் பழகினதால பாடுவாரு. ‘ஓடம் நதியினிலே...’ன்னு எடுத்து விடுவாரு இசுமாயில் சார். அப்பா சேர்ந்துப்பாரு. ‘அமைதியான நதியினிலே ஓடும்’னு அடுத்தப் பாட்டையும் இசுமாயில் சார் ஆரம்பிப்பாரு. ரெண்டு பேத்துக்குமே பிடிச்ச பாட்டு ‘இன்று போய் நாளை வாராய்’னு ஒரு ராமாயணப் படப் பாட்டுதான். ‘டி.கே. பகவதி என்ன ஆக்டிங்’னு மாஞ்சு போவாரு இசுமாயில் சார்.

பொம்பளைக் குரல்ல இருக்குற பாட்டைக்கூட இசுமாயில் சார் உருகி உருகிப் பாடுவாரு. ‘சொன்னது நீதானா?’னு ஆரம்பிச்சுட்டு, ‘சொல், சொல், சொல் என்னுயிரே...’ன்னு முறையிடுவாரு. நான் ஒரு ஒம்பது வயசுலதான் முதல் கவிதை எழுதினேன்.

ஸ்டெல்லா: ஞாபகம் இருக்குதா?

சி.ஆ: இருக்குது, இருக்குது. முதல் கவிதை இல்ல?

ஒரு பொய் சொன்னேன்
நெஞ்சில் கனம் இன்று

ஸ்டெல்லா: அப்பத்துலேந்தே பொய் சொல்வீங்க போல!

(சிரிப்பு)

மூன்றாம் பதிவில் அவன் அதிகம் ஸ்டெல்லாவுடன் இலக்கியம் பற்றிப் பேசியிருந்தான். அதில் எதுவும் அடிக்கோடிட்டிருக்கவில்லை.

நான்காம் பதிவிலிருந்து:

1) சி.ஆ: சீட்டா கேம்ப் ஒரு அபூர்வமான இடம். நல்ல ஒத்துமை அங்க இருந்தவங்களுக்குள்ள. 1992ல மதக் கலவரத்துல கூட சீட்டா கேம்ப்புல ஒரு அசம்பாவிதமும் நடக்கலை.

சுதா: சீட்டா கேம்ப்ப விட்டுட்டு தாராவி ஏன் வந்தீங்க?

சி.ஆ: 1994லதான் தாராவி வந்தோம். அம்மா படிப்புக்கு வசதியா இருக்கும்னுட்டு . . .

சுதா: தங்கச்சி என்ன படிக்கிறா?

சி.ஆ: பத்தாவது.

சுதா: பாவம், அப்பாவுக்குத்தான் அவளைப் பார்க்க முடியல.

சி.ஆ: அவ அப்பாவும் என் அப்பாவும் வேற வேற மேடம்.

சுதா: அப்படீன்னா?

சி.ஆ: அப்பா போன பிறகு அம்மாவுக்கு ஒரு உறவு இருந்திச்சு. அப்பத்தான் தங்கச்சி பொறந்தா.

2) ஸ்டெல்லா: கல்யாணம் பண்ணிக்கன்னு அம்மா வற்புறுத்தலையா?

சி.ஆ: பாத்திட்டிருக்காங்க. ஆனா எனக்குச் சடங்குல எல்லாம் நம்பிக்கை இல்லை. சீருகீரு, வரதட்சிணை எதுவுமே கூடாது. எளிமையா ரிஜிஸ்டர் கல்யாணம். அவங்களுக்குத் தாலில நம்பிக்கை இருந்தா தாலி கட்டுவேன். அவ்வளவுதான்.

ஸ்டெல்லா: எந்த மாதிரி மனைவி வரணும்னு நினைக்கறீங்க?

சி.ஆ: தெரியலைங்க. நான் கொஞ்சம் பைத்தியம் பிடிச்சவன். இலக்கியம், குழந்தைகளுக்கு லைப்ரரி, அதுஇதுன்னுட்டு வேலைகளைச் செய்வேன். எம்.ஏ. படிக்க ஆரம்பிச்சிருக்கேன். அவளுக்கு இதுக்கெல்லாம் மறுப்பு இருக்கக் கூடாது.

ஸ்டெல்லா: நீங்க என்ன செய்வீங்க அவங்களுக்கு?

சி.ஆ: நல்ல சிநேகிதனா இருப்பேன். ‘காப்பி கொண்டா’ன்னு சொல்ற புருஷனா இருக்க மாட்டேன். (சிரிப்பு)

ஸ்டெல்லா: காதல் எல்லாம் கிடையாதா?

சி. ஆ: அதென்னவோ தெரியாமயே போயிடுச்சுங்க. இப்போ முந்தா நாள் சீட்டா கேம்ப்ல இருந்த ஒரு பொண்ணை ட்ரெயின்ல பார்த்தேன். உஷா ராணின்னு பேரு. மூணு வயசுப் பையனும், கையில் ஒரு வயசுப் பொண்ணும். ‘என்ன வேலு?’ன்னு அதுவே கூப்பிட்டுப் பேசிச்சு. ‘கல்யாணம் கட்டலையா?’ன்னுது. ‘பொண்ணே கிடைக்கலியே?’ன்னுட்டுச் சிரிச்சேன். ‘ஆமாம் எதிர்ல இருக்கற பொண்ணு உன் கண்ல படலியே?ன்னுது. ‘என்ன சொல்றே?’ன்னதும், ‘நான் பத்தாவது முடிச்ச பிறகு ஒரு தடவை உன்னை சேம்பூர்ல மார்க்கெட்டுல பார்த்தபோது அங்க கடையிலயிருந்து உனக்கு ஒரு பிளாஸ்டிக் தில் வாங்கிக் குடுத்தனே? நினைப்பிருக்கா?’

‘தில்லா?’

‘ஆமாம். சிவப்புக் கலர்ல, அம்பு குத்தின ஹார்ட்டு.’

முழிச்சேன் நானு.

‘முழிக்கறே பார்த்தியா? என் மனசச் சொன்னேன். புரிஞ்சுச்சா உனக்கு?ன்னா.

'நிசமாவா?'ன்னேன்.

'ஆமா. இப்பக் கேளு. ரெண்டு புள்ளங்க ஆன பிற்பாடு'ன்னுட்டு கன்னத்துல ஒரு தட்டு (கொஞ்சம் ஓங்கித்தான் தட்டினா!) தட்டிட்டுப் போயிட்டா!
(சிரிப்பு)

○

மிஸஸ் அத்வானிக்கான அறிக்கை எழுதப்பட்டு அதற்கான தொகைக்கான சீட்டுடன் அனுப்பியாகிவிட்டது.

செல்லம்மாள் வந்ததும் சுதா அவளைக் கூப்பிட்டு விவரங்களைக் கூறி, "நல்ல பையன்தான் செல்லம்மா. ஒரு குறை சொல்ல முடியாது. கொஞ்சம் நெறம் வேணா மட்டு. நம்ம மல்லிகா நல்ல செவப்பு. அத வேணா சொல்லலாம். மற்றபடி நல்ல மாப்பிள்ளைதான்" என்றாள்.

"என்ன சுதாம்மா இப்படிச் சொல்றீங்க? அம்மாக்காரி நடத்தையே சரியில்லையே?"

"வாழ்க்கையில எப்பவாவது தப்பு நேர்ந்துபோவுது செல்லம்மா. இதைப் பெரிசா பார்க்காதீங்க. பையன் தங்கமான பையன். உங்களுக்குத் தெரியாம நான் இங்க கூப்பிட்டுப் பேசினேன்."

"நிசமாவா?"

"பேசினதைப் பதிவு பண்ணியிருக்கேன். போட்டுக் காட்டறேன் வேணா. இல்ல ரிப்போர்ட்ட வேணா படியுங்க. ஸ்டெல்லா, அந்த ரிப்போர்ட்டக் குடும்மா."

"வேணாம் ஸ்டெல்லா, இருக்கட்டும்" என்று மறுத்தாள் செல்லம்மாள்.

"நல்லா பழகுற சுபாவம். கலகலப்பா பேசற குணம்" என்று சுதா மேலும் கூற முற்பட்டபோது,

"அவங்கம்மா குணமா இருக்கும். என்னவோ சுதாம்மா, மனசுக்குப் பிடிக்கலை. மல்லிகாவும் ஒத்துக்காது. அதுவும் என்ன மாதிரிதான். இது ஒத்து வராது. நான் வேண்டாம்னு சொல்லிடறேன்."

"நான் மல்லிகா கிட்ட பேசவா?"

"வேணாம் சுதாம்மா. அவ என் பொண்ணு. அவள எனக்குத் தெரியும். அவ வேற மாதிரி மனசுல நினைச்சிருக்கா. நல்ல ஆம்பிளையா லட்சணமா . . ."

“நல்ல ஆம்பிளைன்னா?”

“என்ன நாலு ஆம்பிளை மாதிரி இருக்குற ஆம்பிளைதான். நாளைக்கு இப்படி ஒரு மாப்பிள்ளைய நம்ப அருணாவுக்குப் பார்ப்பீங்களா?”

“என்ன இப்படிச் சொல்றீங்க செல்லம்மா? மல்லிகா வேற அருணா வேறயா எனக்கு? அருணாவுக்குப் பிடிச்சிருந்தா கட்டாயம் இல்லைனு சொல்ல மாட்டேன்னுதான் நெனக்கிறேன். விடுங்க செல்லம்மா. உங்க இஷ்டப்படி செய்யுங்க. உங்களை நான் வற்புறுத்த மாட்டேன்.”

“கோவமா சுதாம்மா?”

“இல்லவே இல்ல செல்லம்மா. உங்க கிட்ட நான் எதுக்காவது கோவப்பட்டிருக்கனா என்ன?”

செல்லம்மாள் எழுந்து போனாள் சமையலறைக்கு.

அறிக்கையை பீரோவில் வைத்துவிட்டு ஸ்டெல்லா, அலுவலக அறையை எதிரே இருந்த சமையலறை, வரவேற்பறை இவற்றிலிருந்து தடுப்பதற்காக வைத்திருந்த கண்ணாடி இழுகதவைச் சாத்தினாள். பேசுவது செல்லம்மாள் காதில் இப்போது விழாது என்று தெரிந்ததும் மென்குரலில் மெல்லக் கூறினாள்:

“சுதாம்மா, சிங்காரவேலுவை எனக்குப் பிடிச்சிருக்குது.”

“அதுக்காக நீ அவனைக் கட்டவா போற?”

“ஏன், கட்டக்கூடாதா?”

“ஏது, விட்டா அப்பா கிட்ட கூடச் சொல்லிடுவே போலிருக்கே?”

“சொல்லியாச்சுது.”

“என்னது? என் கிட்ட சொல்லவே இல்லையே? எப்ப தீர்மானிச்சே?”

“நீங்க அவங்கம்மாவைப் போய்ப் பார்க்கறதுக்கு முன்னாலயே நான் தீர்மானிச்சுட்டேன். சொல்லல. மல்லிகாவும் என் சிநேகிதி இல்லையா? அவளும் அவங்கம்மாவும் இல்லன்னு சொன்ன பிறகு சொல்லலாம்னு இருந்தேன்.”

“எப்பிடி இந்த முடிவுக்கு வந்தே ஸ்டெல்லா?”

“நாலஞ்சு நாளுக்கு முன்னால தோல் பை ஒண்ணு வாங்க தாராவி போனேன். நல்ல மழை பெஞ்சு ஓஞ்சிருந்துச்சு.

கொஞ்சம் உள்பக்கமா ஒரு மாடில ஒரு நிகழ்ச்சி இருந்திச்சு. அதுலயும் தலையைக் காட்டலாம்னுட்டுப் போனனா, அங்க ஒரு சந்துல வேலு சொன்ன குழந்தைகள் லைப்ரரி வாசல்ல ஒரே தண்ணி ஓடிட்டு இருக்குது. வேலு உட்கார்ந்திட்டு சுத்தி இருந்த ஒரு பத்து குழந்தைகளுக்குக் காகிதக் கப்பல் பண்ணிக் குடுத்திட்டுருந்திச்சு. அவங்க அதைத் தண்ணில விட்டு, கை கொட்டி, ஒரே கும்மாளம். நான் கொஞ்சம் தூரத்துல நின்னிட்டுப் பார்த்துட்டே இருந்தேன். அது என்னப் பார்க்கல. குழந்தைக அதும் மேலமேல விழுந்து கூப்பாடு போடுதுங்க. அது கொஞ்சமும் கோவிக்காம சிரிச்சிட்டே இருக்குது. அப்பத்தான் தீர்மானிச்சேன். அப்பா கிட்ட உடனேயே சொல்லிட்டேன்."

"அடுத்தது என்ன?"

"அப்பாவை விட்டு அவங்கம்மா கிட்டப் பேசச் சொல்லணும்."

"நீயே அவனைக் கூப்பிட்டுச் சொல்ல வேண்டியதுதானே?"

"அதுக்கு என்னைப் பிடிக்குதா இல்லியான்னுட்டுத் தெரிய வேண்டாமா? என் வேலையப் பத்தித் தெரிஞ்சா என்ன சொல்லுமோ?"

"எல்லாம் பிடிக்கும் ஸ்டெல்லா, உன்னைப் பிடிக்காம போகுமா யாருக்காவது? கூப்பிட்டுச் சொல்லு."

"ம்ஹூம். அதுக்குக் காதல்னா என்னன்னு தெரியாது. நான்தான் சொல்லித் தரணும்" என்றுவிட்டு ஸ்டெல்லா வாய்விட்டுச் சிரித்தாள்.

○

உயிர்மை, ஜூன் 2013

அந்தேரி மேம்பாலத்தில் ஒரு சந்திப்பு

10:17 பயந்தர் விரைவு வண்டியைப் பிடிக்க வேகமாகப் போய்க்கொண்டிருந்தாள் சுதா குப்தா. அதுதான் நெரிசல் இல்லாமல் இருக்கும். மற்றவை எல்லாம் வீரார் விரைவு வண்டிகள். கூட்டம் நெரிக்கும்.

அந்தேரி ரயிலடியைப் புதுப்பித்துப் பெரிதாக்கிக் கொண்டிருந்ததால் இடிபாடுகள் எங்கும். எல்லாவற்றையும் துவம்சம் செய்து தட்டையாக்கிவிடும் டைனோசர் புல்டோசர்கள். முதல் ரயில்மேடைப் படிகள் வழியாக மேம்பாலத்தை எட்ட நினைத்து முதல் ரயில்மேடையில் நுழைந்தாள்.

ரயில்கள் வருவது போவது பற்றிய அறிவிப்புகள் ஒலிபெருக்கி மூலம் வந்தபடி இருந்தன. ஒவ்வொரு அறிவிப்பையும் தொடர்ந்து 'மின் வண்டியின் மேல் 25000 'வோல்ட்' மின்சாரம் ஓடும் கம்பி உள்ளது. பயணிகள் வண்டியின் மேல் கூரையில் பயணம் செய்ய வேண்டாம் என்று கேட்டுக்கொள்ளப்படுகிறார்கள். அது உயிருக்கு ஆபத்தாக அமையும்' என்ற அறிவிப்பு. பிறகு ரயில் தண்டவாளங்களைக் கடக்கக் கூடாது, ரயில்மேடையில் துப்பக் கூடாது, ரயில்மேடையில் குளிக்கவோ, பிராணிகளைக் குளிப்பாட்டவோ, பாத்திரம் தேய்க்கவோ கூடாது என்றொரு அறிவிப்பு. உலக நாடுகளிலேயே மும்பாயில்தான் இத்தகைய அறிவிப்புகள் இருக்க முடியும் என்று தோன்றியது.

படிகளில் ஏறும் கூட்டம் தள்ளிக்கொண்டு போயிற்று அவளையும். மேம்பாலத்தில் நான்காம் ரயில்மேடையை நோக்கி வலது பக்கம் திரும்பியதும் வழக்கமான பிச்சைக்காரர்கள் கண்ணில் பட்டனர். அல்லாவின் பெயரில் பிச்சை எடுக்கும் நொண்டிப் பிச்சைக்காரர். கூனல் முதுகுப் பிச்சைக்காரப் பெண். இரு குருட்டுப் பிச்சைக்காரர்கள். சற்றுத் தள்ளி வெளிநாட்டுப் பொருட்கள் என்று சோப்பையும், பவுடர்களையும் விற்பவர். பக்கத்திலேயே பழைய புத்தகக் குவியல் ஒன்று. கைபேசியில் பேசியபடி தோழனுக்காகவோ தோழிக்காகவோ காத்திருக்கும் சிலர்.

நாலாம் ரயில்மேடையில் இறங்குவதற்கான படிகளை எட்டும் முன்பே, நிதமும் புல்லாங்குழல் வாசித்துப் பிச்சை எடுப்பவர் வாசிப்பது கேட்டது. *1950, 60*களின் பாடல்களை விரும்புபவர். அவர் ஆதி நாரயணராவ் விசிறி. முதலில் *ஸ்வர்ண சுந்தரி* படத்தின் 'குஹூ குஹூ போலே கோயலியா' என்ற ராகமாலிகைப் பாட்டில்தான் தொடங்குவார். பிறகு சுதீர் ஃபட்கேயின் *பாபி கீ சூடியான்* படத்தின் 'ஜோதி கலஷ் சலகே'. அவர் மனசு சரியில்லை என்றால் *தோஸ்தி* படத்தின் 'சாஹூங்கா மே துஜே ஸாஞ்சு ஸவேரே' என்று உருகுவார் முகமத் ரஃபியைப் போலவே. அல்லது *பாராதரி* படத்தின் தலத் மெஹ்மூதின் 'தஸ்வீர் பனாதா ஹூன் தஸ்வீர் நஹி பன்தி'. பிறகு மன்னா டே, முகேஷ் என்று வரிசையாகப் போகும். மழைக்காலம் என்றால் கட்டாயம் *ஶ்ரீ 420* படத்தின் 'ப்யார் ஹூவா இக்ரார் ஹூவா ஹை' கட்டாயம் உண்டு. அல்லது *சோரி சோரி* படத்தின் 'ஏ ராத் பீகி பீகி'. சில சமயம் கல்லூரி மாணவர்கள் *ஜப் வி மெட்* படத்தில் ரஷீத் கான் பாடிய 'ஆவோகே ஜப் தும் ஸாஜனா' வாசிக்கச் சொல்வார்கள்.

இன்னும் இரண்டாம் பாடலை அவர் வாசித்து முடிக்கவில்லை. அப்படியானால் *10:17* இன்னும் வரவில்லை. படிகள் அருகே போனபோதுதான் அந்தப் பெண்மணி கண்ணில் பட்டார். அறுபது வயதுக்குள்தான் இருக்கும். சுத்தமான விரிப்பு ஒன்றை விரித்து ஒரு சிறு பெட்டியுடனும் கைப்பையுடனும் உட்கார்ந்திருந்தார். கட்டாயம் பிச்சைக்காரி இல்லை. அவர் எதிரே காசு போட தட்டோ கிண்ணமோ இல்லை. தலையைப் படிய வாரி, கொண்டை போட்டு, வேணி வைத்திருந்தார். இருந்தும் சிலர் விரிப்பில் பணத்தைப் போட்டுவிட்டுப் போனார்கள். அவர் அதைப் பொருட்படுத்தவில்லை.

ஒரு நொடி நின்று பார்த்துவிட்டு விரைந்தாள். ஒரு வேளை வெளியூர்களுக்குப் போகும் வண்டி ஒன்றைப் பிடிக்க வந்திருக்கலாம். சீக்கிரமாகவே வந்திருப்பார். ரயில்மேடையில்

கூட்டம் மோதுவதால் இங்கே உட்கார்ந்திருக்கலாம். அப்படிச் சிலர் உட்காருவது உண்டு.

படிகளில் வேகமாக இறங்கியதும் 10:17 பயந்தர் விரைவு வண்டி வந்தது. புல்லாங்குழல்காரர் அன்று உற்சாகமாக இருந்தார் போலும். *பசந்த் பஹார்* படத்தில் பீம்ஸேன் ஜோஷியும் மன்னா டேயும் ஒருவருடன் ஒருவர் போட்டியிடுவது போல் பாடிய 'கேதகி குலாப் ஜூஹி சம்பக வன ஃபூலே'வை எடுத்துவிட்டார். 'திருவிளையாடல்' படத்தில் 'ஒரு நாள் போதுமா?' என்று பாலமுரளியும், 'பாட்டும் நானே பாவமும் நானே' என்று டி.எம்.எஸ்ஸும் வேறுமாதிரி மோதிக் கொள்வதைப்போல ஒரு பாட்டு பீம்ஸேன் ஜோஷியுடன் நான் எப்படிப் போட்டிபோட முடியும் என்று தயங்கினாராம் மன்னா டே. தோற்பதுபோல் பாட முடியவில்லையாம் பீம்ஸேன் ஜோஷிக்கு.

இன்னொரு நாளாக இருந்திருந்தால் நின்று கேட்டுவிட்டு, அடுத்த வண்டியைப் பிடித்திருப்பாள். ஆனால் அன்று அவசர வேலை இருந்தது. பயந்தர் போய் பின்பு தஹானு வரை போகவேண்டியிருந்தது. வண்டியில் ஏறி அமர்ந்துகொண்டாள். பீம்ஸேன் ஜோஷியின் குரலின் புரளல்களைப் புல்லாங்குழல் சரியாகப் பிடித்துக்கொண்டிருந்தபோது வண்டி கிளம்பியது.

பயந்தர், தஹானு இரண்டு இடங்களிலும் அவள் துப்பறியும் நிறுவனம் வழக்கமாக ஏற்றுக்கொள்ளும் வேலை இல்லை. சாதாரணமாக அவளிடம் கணவனைச் சந்தேகித்து அல்லது மனைவியைச் சந்தேகித்து வருபவர்கள், தொழில்முறைக் கூட்டாளிகளை வேவு பார்க்க விரும்புவர்கள், திருமணம் நிச்சயமான பின் அந்தப் பையன் பற்றியோ பெண் பற்றியோ விசாரிக்க விரும்புபவர்கள் இவர்களுக்கான வேலைகள்தாம் வரும். கல்லூரியில் படிக்கும்போது ஒரு தோழியைப் பின்தொடர்ந்து போன அனுபவத்திற்குப் பிறகு அதில் ஒரு ருசி பிறந்தது. வித்யாதர் ராவ்தே என்ற பிரபல துப்பறியும் நிபுணரிடம் பயிற்சி பெற்றாள். வித்யாதர் ராவ்தேவுக்கு வயதானாலும் இப்போதும் அவருக்கு நல்ல மதிப்பு இருந்தது. முகங்களையும் பெயர்களையும் மறக்க மாட்டார். பெரிய மந்திரியை ஒரு முறை அறிமுகப்படுத்தியபோது, மெல்ல அவர் காதில், "மந்திரி மஹோதே ரயில் நினைவுகள் பற்றி எழுத வேண்டும். படிக்க ஆவல்" என்றார். மந்திரி சிறு வயதில் மும்பாயில் ஓடும் ரயிலில் அல்லது கூட்டம் அலைமோதும் ரயிலடிகளில் பெண்களின் கழுத்துச் சங்கிலிகளை அறுப்பதில் நிபுணராக இருந்தவர். செயின் திருடும் குழுவையே நடத்தியவர். அவர் பெயர் பழைய போலீஸ் கோப்புகளில் இருந்தாலும், கையும் களவுமாக அவர் பிடிபடவே இல்லை. வித்யாதர் ராவ்தே அதை மறக்கவில்லை. மந்திரியும் மறந்திருக்க முடியாது. அவர் முகம் வெளிறிப் பின் சிவந்தது.

வித்யாதர் ராவ்தேயைச் சற்றுக் கோபமாகப் பார்த்து, விறைப்பாக அகன்றார். வித்யாதர் ராவ்தேயே அவளிடம் சொன்ன தகவல்கள் இவை. "செயின் திருடுபவர்களிடம் மரியாதையாக இரு சுதா. இருபது வருடங்கள் கழித்து நீ இப்படியே இருப்பாய். அவன் மந்திரியாக இருப்பான்" என்றுவிட்டுச் சிரிப்பார் உரக்க. நகரத்தின் ரகசிய தளங்களில் செயல்பட்டு அத்துமீறல்களைச் செய்யும் கும்பல் ஒன்றிலிருந்து அவருக்கு மிரட்டல்கள்கூட வந்திருக்கின்றன. ரோமியோ என்ற பெயரில் வேலை செய்த ஒரு நபர் வித்யாதர் ராவ்தேயை அழைத்து, "நான் ரோமியோ பேசுகிறேன்" என்று மிரட்டல் குரலில் கூறவும், "ஒரு ஜூலியட்டைத் தேடிப் போப்பா. என்னால் ஒரு பிரயோசனமும் கிடையாது உனக்கு" என்றுவிட்டுத் தொலைபேசியை வைத்துவிட்டாராம். சொல்வார்.

சுதாவின் தொழிலையும், அவள் வீட்டிலேயே அலுவலகம் வைத்திருப்பதையும் அவள் விஞ்ஞானிக் கணவன் நரேந்திர குப்தாவும் கல்லூரி மாணவியான மகள் அருணாவும் இயல்பாக ஏற்றுக்கொண்டு பல ஆண்டுகளாகி விட்டன. சாதாரணமாக, தனிப்பட்ட முறையில் இயங்கும் துப்பறிபவர்கள் போலீசுடன் இணைந்து செயல்படாவிட்டாலும் இன்ஸ்பெக்டர் கோவிந்த் ஷெல்கே பல ஆண்டுகளாகப் பழக்கம். அதனால் அவருக்கு வேலை நெருக்கடி என்றால் சில வேலைகளை இவளுக்குத் தருவார்.

பயந்தர் வேலை முற்றிலும் வினோதமானது. அவள் வீட்டில் வேலை செய்யும் மாலு மிகவும் நச்சரித்ததால் ஏற்றுக்கொண்டது. மும்பாயில் மின்ரயில்களில் பொதுப் பெட்டிகளிலும் பெண்களுக்கான பெட்டிகளிலும் ஐந்தாறு பாபாக்கள் பற்றிய சுவரொட்டிகள் ஒட்டப்பட்டிருக்கும். பெண்கள் பெட்டிகளில் வீட்டிலிருந்தபடியே சம்பாதிக்கும் வேலை வாய்ப்புக்கான தகவல்கள், தோற்றப்பொலிவுக்கான நிலையங்கள் போன்ற விளம்பரங்கள் சகஜம்தான். வெறும் தொலைபேசி எண்களும் எழுதப்படுவது உண்டு. ஒரு முறை அழியாத மையில், இருக்கைகளிலும் ரயில்பெட்டிச் சுவரிலும் 'உஷா ஒரு நம்பிக்கைத் துரோகி. ஒரு நல்ல இளைஞனின் இதயத்தை உடைத்தவள்' என்ற வாசகம் அழிக்கவே முடியாதபடி பல நாட்கள் இருந்தது. இதயம் உடைந்தவன் பெண்களிடமே அதைக் கூறுவதில் என்ன பயன் இருக்கும் என்று தெரியவில்லை. பாபாக்கள் பற்றிய சுவரொட்டிகள் சமீப காலமாக அதிகரித்துவிட்டன. பாபாக்களின் பெயர்கள் இந்து, முஸ்லிம் பெயர்களாக இருந்தாலும் படம் என்னவோ ஷீர்டி சாய்பாபாவுடையதாக இருக்கும். 'எங்கு நீ அலைந்தாலும்

முடிவில் இங்குதான் வரவேண்டும்' என்றோ 'போலிகளிடம் ஏமாறாதீர்கள். இவர்தான் உண்மையான பாபா' என்றோ போட்டி வாசகங்கள் இருக்கும் சுவரொட்டிகளில். இந்த பாபாக்களிடம் எல்லாவித நிவாரணங்களும் சக்திகளும் இருந்தன. மனக் கிலேசம், குடும்பத்தில் பூசல், வேலை உயர்வு, எதிரிகளை வீழ்த்தல், வெளிநாடு செல்ல வாய்ப்பு, கடன் தொல்லை, வழக்குகளில் வெற்றி, உடல் கோளாறு, மலட்டுத்தன்மை, காதலில் வெற்றி, சினிமாவில் வாய்ப்பு, வசீகரணம் என்று ஒரு பெரிய பட்டியலே இருந்தது பாபாக்களின் சக்தியால் ஆகக்கூடிய, தீரக்கூடிய விஷயங்கள். ஒரு பாபாவின் பட்டியலில் கடைசியாக முட்கர்ணி என்று சுயமைதுனமும் தீர்வு காணக்கூடிய ஒன்றாக எழுதப்பட்டிருந்தது. தன் கையே தனக்குதவி என்று வாழ்க்கையை ஓட்டிக்கொண்டிருந்த பலருக்கு இந்தப் பட்டியலில் அதைச் சேர்த்திருந்தது அதிர்ச்சியளித்திருக்கலாம்.

மாலுவின் பிரச்சினை இந்தப் பட்டியல் பற்றியது அல்ல. அவள் ஒரு பாபாவிடம் போனாளாம் குடிகாரக் கணவனைத் திருத்த. ஒரு பெரிய வெள்ளிச் செம்பிலிருந்து அவர் மந்திரிக்கப்பட்ட தீர்த்தம் என்று எல்லாருக்கும் தந்தாராம். அந்த வெள்ளிச் செம்புதான் அவளைப் பாதித்தது. பதினைந்து வருடங்களுக்கு முன்னால் சந்திரபூரில் மகாதேவ் பாபா என்று கூறிக்கொண்டு ஒரு பாபா வந்தாராம். இவர்கள் வீட்டில் இரண்டு நாட்கள் இருந்தாராம். அவர் ஒரு நாள் இரவோடு இரவாகக் கம்பி நீட்டியபோது காணாமல் போன பொருட்களில் ஒன்றாம் இந்த வெள்ளிச் செம்பு. அதில் அவள் அம்மா பெயர் பொறித்திருக்குமாம். அந்தச் செம்பு அவளுக்கு வேண்டுமாம். 'இது அதே மகாதேவ் பாபாதான். பெயரை மாற்றிக்கொண்டிருக்கிறான்' என்றாள் மாலு. 'மாலு, அவன் போலின்னு வேணா புகார் செய்யலாம். அவனிடமிருந்து செம்பை எப்படி வாங்குவது?' என்று கேட்டால் அவள் விடவில்லை. 'அது எங்க அம்மாவுது. வாங்கித் தாங்க ஆன்ட்டி' என்று முரண்டு பிடித்தாள். அதற்கான பயணம் இது.

தஹானு வேலை கோவிந்த் ஷெல்கேயின் மனைவி மீனாபாய் சம்பந்தப்பட்டது. மீனாபாய் ஆதிவாசிப்பெண். கோவிந்த் ஷெல்கேயும் அவளும் காதல் திருமணம் செய்துகொண்டவர்கள். தஹானு பகுதியில் ஆதிவாசிப் பெண்களுக்காக அவள் நடத்தும் தொண்டு நிறுவனம் வேலை செய்தது. அந்தப் பகுதியில் ஒரு தம்பதி நடத்தும் பள்ளி ஒன்று இருந்தது. அரசாங்க உதவியுடன் நடத்தப்படும் பள்ளி. அந்தப் பகுதியிலிருந்த பல ஆதிவாசிப் பெண்கள் அந்தப் பள்ளிக்குப் போனார்கள். அதில் இரு பெண்கள் பள்ளிக்குப் போக மாட்டோம் என்று முரண்டுபிடித்தபோது

பெற்றோர்களும் மீனாபாயின் தொண்டு நிறுவனப் பெண் ஒருத்தியும் வற்புறுத்திக் கேட்டபோது உண்மை வெளியே வந்தது. பதினாலு, பதினாறு வயதான அந்தப் பெண்கள் பள்ளிக்குப் போய் வருகைப் பதிவேட்டில் ஆசிரியை அவர்கள் வருகையைப் பதிவு செய்தவுடனேயே வளாகத்திலேயே இருந்த அந்தத் தம்பதி வீட்டில் வேலை செய்ய அனுப்பிவிடுகிறார்களாம். பெருக்கி, மெழுகி, பாத்திரம் தேய்த்து, சமைத்து என்று எல்லாம் செய்ய வேண்டுமாம். அது மட்டுமல்லாமல் எண்ணெய் தேய்த்துவிடுவது, உடம்பு பிடித்துவிடுவது என்று வேறு வேலையாம். இது வேறு பல உடல் ரீதியான வக்கிரங்களுக்கு இட்டுச் செல்லலாம் என்று அந்தச் சிறுமிகள் பயந்தார்கள். சொல்லவும் முடியவில்லை. பள்ளி நிர்வாகமே உடந்தை. மீறினால் அடி, உதை, மிரட்டல்கள். சிறுமிகளுக்குப் படிக்க ஆசை. படித்துப் பெரிய வேலை செய்ய வேண்டும் என்று நிறையக் கனவுகள். ஆனால் படிக்கவே விடாமல் வீட்டு வேலை செய்வதும், மற்றது செய்வதும் பிடிக்கவில்லை. சொல்லிவிட்டு அழுதார்கள்.

மீனாபாய் இது பற்றி விசாரிக்க விரும்பினாள். உயர் அதிகாரிகளுக்கும், அங்கிருந்த போலீசுக்கும் புகார் தருவதற்கு முன், தீர விசாரித்து ஓர் அறிக்கை தயாரிக்க வேண்டும் என்று நினைத்தாள். அதற்குத்தான் இவள் உதவியை நாடியிருந்தாள். தஹானுவில் அவள் காத்திருப்பதாகச் சொல்லியிருந்தாள்.

பயந்தர் ரயில்மேடையில் வண்டி நுழையும் முன் வரும், ‘புடீல் ஸ்டேஷன் பயந்தர், அகலா ஸ்டேஷன் பயந்தர், நெக்ஸ்ட் ஸ்டேஷன் பயந்தர்’ என்ற மும்மொழி அறிவிப்பு ஆரம்பித்துவிட்டது.

❍

பயந்தர் வேலை அவள் எதிர்பார்த்ததைவிடச் சீக்கிரமாகவே முடிந்தது. மாலு ரயிலடி வெளியே காத்திருந்தாள் அவளுக்காக. ஆட்டோ பிடித்துப் போனார்கள் அந்த பாபா இருக்கும் இடத்துக்கு. முதலிலேயே சுவரொட்டியிலிருந்த கைபேசி எண்ணுடன் தொடர்பு கொண்டு அன்று சந்திப்பதற்கான நேரத்தைக் கேட்டு வாங்கியிருந்தாள் இவள்.

தாடியும் மீசையுமாக இருந்தார் பாபா. கனிவான முகம். நிரந்தர அபய ஹஸ்தம். ‘ஸாலா, தோத்ஸ் ஆஹே, ஜோ சந்திரபூர்லா ஆலா ஹோதா’ என்று முணுமுணுத்தாள் மாலு அவன் அதே சந்திரபூர் ஆசாமிதான் என்று இவளிடம்.

அவரை வணங்கிவிட்டு அமர்ந்தனர். இவள் நேரடியாகவே தன் வேலை பற்றிக் கூறி, கோவிந்த் ஷெல்கே பெயரையும்

சொல்லி வைத்தாள். அபய ஹஸ்தம் கீழே இறங்கியது. பக்கத்திலிருந்தவர்கள் சற்று விறைத்துக்கொண்டு நின்றனர் அவர் உத்தரவை எதிர்பார்ப்பதுபோல்.

"ஏதாவது வழக்கில் சிக்கலா? தீர்த்துவிடலாம்" என்றார் பாபா.

"உங்களுடன் தனியாகப் பேச வேண்டுமே" என்றாள் பணிவுடன்.

பாபா மற்றவர்களை வெளியே போகச் சொன்னார்.

"பாபா, பல இடங்களுக்குப் போயிருக்கிறீர்களா?"

"இந்த உடல் எங்கெங்கோ சுற்றும். உடலுக்கு ஓர் இடமா என்ன?"

"இந்த உடல் ஒரு பத்துப் பதினைந்து வருடங்களுக்கு முன்னால் சந்திரபூர் போனதா?'

"போயிருக்கலாம். நினைவில்லை. பல ஊர்கள். பல இடங்கள். ஆத்மா மட்டும் அவன் காலடியில்" என்று மேலே கூரையைக் காண்பித்தார்.

"சந்திரபூரில் நீங்கள் இருந்ததாக இந்தப் பெண் சொல்கிறாள்."

"இருந்திருக்கலாம்" என்று கூறிவிட்டு மாலுவைப் பார்த்தார்.

"இவள் வீட்டில் இருந்தீர்களாம்."

"இருந்திருக்கலாம்."

"நீங்கள் போன பின் அவர்கள் வீட்டுப் பூஜையிலிருந்த சாமான்கள் காணாமல் போய்விட்டதாம்."

"அப்படியா? எல்லாம் அவன் லீலை" என்றுவிட்டு மாலுவை முறைத்தார்.

"பாபாவுக்கு ஆட்சேபணை இல்லைன்னா பாபாவின் வெள்ளிச் செம்பை நான் தொட்டுப் பார்க்க அனுமதி உண்டா?"

"அது மந்திரிக்கப்பட்ட செம்பு. அதைத் தவறான எண்ணத்தோட தொட்டால் கை பொசுங்கிடும்."

"தவறான எண்ணமே இல்லை பாபாஜி. சும்மா பாக்கணும்,. அவ்வளவுதான்." எனச் சொல்லிவிட்டு, "ஒரு நிமிஷம்" என்று பையில் ஒலித்துக்கொண்டிருந்த கைபேசியை எடுத்தாள். அவள் கேட்டுக்கொண்டபடி கோவிந்த் ஷெல்கேயின் அழைப்பு.

"ஓ, இன்ஸ்பெக்டர் ஷெல்கேயா? இங்கே பயந்தரில் இருக்கேன். சங்கர் பாபாவைப் பார்க்க வந்தேன். . ." என்றாள். உரக்கப் பேசிவிட்டு, கைபேசியை கைப்பையில் வைத்தாள்.

"பக்தியோடு இதை நீங்கள் தொடலாம்" என்றவாறு பாபா வெள்ளிச் செம்பை நீட்டினார். கையில் வாங்கிப் பார்த்ததும்,

சக்குபாய் என்று மராட்டியில் பெயர் பொறித்திருந்தது தெரிந்தது. "மாஜா ஆயிசா நாவ்" என்றாள் மாலு மெதுவாக.

"உங்கள் ஆசீர்வாதமாக இந்தச் செம்பை இந்தப் பெண்ணுக்குத் தந்துடுங்க. இவள் அம்மா பேர் இது" என்றாள் பொறித்திருந்த பெயரைக் காட்டியபடி.

பாபா சற்று யோசித்துவிட்டு, உதவியாளர் ஒருவரைக் கூப்பிட்டு, செம்பில் இருந்த நீரை வேறு செம்பில் ஊற்றச் சொன்னார். செம்பை இவளிடம் நீட்டி, "இது பக்தர் ஒருவர் தந்தது. இந்தப் பெண் வீட்டுக்கு வந்தது வேறு யாரோ 'டோங்கி' பாபாவாக இருக்கும். ஆனாலும் நீங்கள் இவ்வளவு தூரம் சொல்லும்போது மறுக்க மனசில்லை. பாபாக்களின் மனம் மெழுகு, வெறும் மெழுகு" என்றுவிட்டுத் தந்தார். இருவரையும் தலையைத் தொட்டு ஆசீர்வதித்தார். தன் தலையைத் தொடவில்லை, தலையில் கொட்டினார் என்றாள் மாலு வெளியே வந்ததும்.

வெள்ளிச் செம்பை ஒரு பையில் போட்டுக்கொண்டு, "தாங்க்ஸ் ஆன்ட்டி" என்றுவிட்டுக் கிளம்பினாள் மாலு. தஹானுவுக்கான ரயிலைப் பிடிக்க இவள் ரயில் நிலையத்துக்கு வந்தாள்.

தஹானுவில் இவளும் மீனாபாயும் நினைத்ததுபோல் விசாரணை செய்வது கஷ்டமாகவே இருந்தது. பள்ளியில் வேறு காரணங்கள் கூறி மறைமுகமாக விசாரித்தபோது வருகைப் பதிவேட்டைக் காண்பித்து, சிறுமிகள் இருவரும் பள்ளியில்தான் இருந்தார்கள் என்று வாதிட்டனர். சிறுமிகள் இருவரும் வெகுவாகப் பயந்தார்கள். மற்ற மாணவிகளும் மாணவர்களும் பேச மறுத்தார்கள். ஷெல்கேயிடம் பேசி அந்தத் தம்பதி இங்கு வரும் முன் என்ன செய்துகொண்டிருந்தார்கள் என்று விசாரிக்கச் சொன்னபோது ஒரு மணி நேரத்தில் விவரங்கள் கிடைத்தன. ஸாவந்த்வாடி அருகே ஒரு கிராமத்தில் பள்ளி நடத்தி வெளியேற்றப்பட்டிருந்தார்கள் இருவரும், ருசுப்பிக்க முடியாத இது போன்ற காரணங்களுக்காக. இந்த விவரத்தை மட்டும் வைத்துக்கொண்டு அந்த இருவரையும் கேள்வி கேட்க முடியுமா என்று யோசித்துக்கொண்டிருந்தபோது பள்ளியில் புதிதாக நியமிக்கப்பட்டிருந்த ஆசிரியை ஒருத்தி மீனாபாயைத் தொடர்பு கொண்டாள் கைபேசியில். இந்தத் தம்பதியரால் வேறு வகையில் துன்புறுத்தப் பட்டவள் அவள். ஆதிவாசிப் பெண். அவள் எப்படி உதவ முடியும் என்பது பற்றிப் பேசினார்கள். சிறுமிகள் இருவரையும் நடந்ததைக் கூறும்படி நயமாகப் பேசி அவர்கள் கூறியதைப் பதிவு செய்தார்கள். அடுத்த இரு நாட்களும் அவர்கள் பள்ளிக்குப் போக வேண்டும் என்றும் உதவி செய்ய முன் வந்த டீச்சர் அவர்கள் வளாகத்தின் அந்தப் பக்கம்

போவதையும், முடிந்தால் அங்கு அவர்கள் வேலை செய்வதையும் ரகசியமாகக் கைபேசி மூலம் புகைப்படம் எடுக்க வெண்டும் என்றும் தீர்மானித்தார்கள். அந்த ருசுக்கள் இல்லாமல் மேல் நடவடிக்கை எடுக்க முடியாது என்று தோன்றியது. இரண்டொரு நாட்களில் எல்லா விவரங்களுடன் உயர் அதிகாரிகளையும், போலீசையும் அணுக வேண்டும் என்றும் முடிவு செய்தனர்.

எல்லாம் செய்து முடிப்பதற்குள் ஆறு மணியாகிவிட்டது. களைத்துவிட்டாள் சுதா. அந்தேரி வரை ரயிலில் எதிர் இருக்கையில் காலைப்போட்டுக்கொண்டு, உறங்கியபடி வந்தாள். அந்தேரியில் இறங்கி, படிகளேறி மேம்பாலத்தை அடைந்ததும் இடது பக்கம் போகத் திரும்பியவள் திடுக்கிட்டுப்போனாள்.

காலையில் பார்த்த பெண்மணி அங்கேயே உட்கார்ந்துகொண்டிருந்தார் இன்னும். விரிப்பில் பலர் வீசிய காசு, நாணயங்களாகவும் நோட்டுக்களாகவும்.

மேலே போக மனம் வரவில்லை. மெல்ல அவர் பக்கம் போனாள்.

“மௌஸி, காலையிலேயும் உங்களைப் பார்த்தேன். மணி எட்டு இப்ப. இன்னும் இங்கேயே இருக்கீங்களே, என்ன விஷயம்?” என்று கேட்டாள்.

“நீங்க போங்க. ஒரு விஷயமும் இல்லை.”

“இல்லை மௌஸி. இது சரியான இடம் இல்லை. ராத்திரி நீங்க இங்கே இருக்கக் கூடாது. பிச்சைக்காரங்ககூடப் போக ஆரம்பிச்சுட்டாங்க. என்ன விஷயம் சொல்லுங்களேன், ப்ளீஸ்.”

அந்தப் பெண்மணி தலையைக் குனிந்துகொண்டு, பேச மறுத்தார்.

“மௌஸி, என்ன விஷயம் சொல்லுங்க. என்னால முடிந்ததைச் செய்யறேன். உங்களை இப்படியே விட்டுட்டுப் போக முடியாது. நீங்க பிடிவாதம் பிடிச்சா நான் போலீசைக் கூப்பிட வேண்டிவரும். அப்புறம் ரசாபாசமாயிடும்.”

போலீஸ் என்றதும் அந்தப் பெண்மணி, “இல்லை, போலீசைக் கூப்பிடாதீங்க. நான் போயிடறேன்” என்றுவிட்டு எழுந்து, விரிப்பிலிருந்த பணத்தை அள்ளி இன்னும் போகாமல் உட்கார்ந்துகொண்டிருந்த குருட்டுப் பிச்சைக்காரர் குவளையில் விடுவிடுவென்று போய் போட்டுவிட்டு வந்தார். விரிப்பை மடிக்க ஆரம்பித்தார்.

“நான் போயிடுவேன். நீங்க போங்க” என்றார்.

“உங்களை இங்கேயிருந்து கிளப்ப நான் போலீஸ் பற்றிச் சொல்லலை மௌஸி. நிஜமாவே உங்களைப் பற்றிய கவலையில சொன்னேன். உங்க வீடு எங்கே?”

"உயிரை எடுக்காதீங்க. வீடு இல்லை எனக்கு."

"சரி, வீடு இல்லைன்னே இருக்கட்டும். நான் ஒண்ணு சொல்லவா? இங்கே பக்கத்துல பெண்கள் ஹாஸ்டல் இருக்கு. திடீர்னுட்டு வீட்டை விட்டு வர வேண்டிய பெண்களுக்கு ரெண்டு மூணு நாள் போலத் தங்கிக்க அங்கே வசதி உண்டு. அங்கே ஒரு ரூம் கிடைக்கும். என் சிநேகிதிதான் டைரக்டர். அங்கே போவீங்களா? இப்ப போங்க. நல்லா தூங்குங்க. நாளைக் காலைல நான் உங்ககிட்ட பேசறேன். நான் எதுக்கும் உங்களை வற்புறுத்த மாட்டேன். பெரியவங்களா இருக்கீங்க. சொன்னதைக் கேளுங்க."

"சரி, ஹாஸ்டலுக்குப் போறேன்."

"உங்க பேரு?"

"சந்தியாபாய்."

"வயசு?"

"அறுவது."

உடனே மேரியிடம் பேசினாள். விவரங்களைக் கூறியதும் மேரி சந்தியாபாயிக்கு ஓர் அறை தர ஒப்புக்கொண்டாள்.

சந்தியாபாயுடன் கீழே படியிறங்கி வந்து ஓர் ஆட்டோவைப் பிடித்தாள். அவள் வீட்டுக்குப் போகும் வழியில்தான் விடுதி. வழியில் ஒரு பத்து நிமிடம் வெயிட்டிங் இருக்கும் என்று ஆட்டோக்காரரிடம் சொன்னாள். இருவரும் ஏறிக்கொண்டனர்.

விடுதி வந்ததும், உள்ளே சென்று மேல் மாடியிலிருந்த மேரியைக் கூப்பிட்டாள். மேரி உடனே கீழே வந்து, ஒரு பெண்ணிடம் பதிவேட்டில் விவரங்களைப் பதிவு செய்யச் சொல்லி, அந்த வேலை முடிந்ததும் ஓர் அறையைத் திறந்தாள். விளக்கைப் போட்டாள்.

சின்ன அறை. நீலமும் மஞ்சளுமாய்க் கதர் விரிப்பு விரித்த மெத்தையுடன் ஒரு கட்டில். தண்ணீர் பாட்டிலும் கிளாசும் வைத்த மேசை.

சந்தியாபாய் உள்ளே நுழைந்து கைப்பெட்டியைக் கீழே வைத்துவிட்டு நிமிர்ந்து இவளையும் மேரியையும் பார்த்தார். முதல் முறையாக முகம் சிறிது மலர்ந்தது. கை குவித்தார். "தன்யவாத்" என்றார்.

வெளியே ஆட்டோக்காரர் ஹாரன் அடித்து அவசரப்படுத்தினார்.

"நாளைக் காலைல பார்க்கலாம் மௌஸி" என்றுவிட்டு, மேரியிடமும் விடைபெற்றுக்கொண்டு வெளியே விரைந்தாள்.

○

மறுநாள் காலை பத்துமணி வாக்கில் விடுதியை அடைந்து, சந்தியாபாயின் அறைக் கதவைத் தட்டியபோது, அவர் குளித்துவிட்டு, உடை மாற்றித் தயாராக இருந்தார். இன்னும் இரண்டு நாட்கள் விடுதியில் தங்க ஏற்பாடு செய்யலாமா என்று கேட்டுவிட்டு, மேரியைப் பார்க்க விரைந்தாள். மேலும் இரண்டு நாட்கள் தங்குவதில் சிரமம் ஏதுமில்லை என்ற மேரி அதற்கான ஏற்பாடுகளைச் செய்தாள்.

மீண்டும் அறைக்கு வந்து, "சந்தியா மௌஸி, கிளம்பலாமா?" என்றாள்.

"எங்கே?"

"என் வீட்டுக்குப் போகலாம். அங்கே அமைதியா உட்கார்ந்து பேசலாம். சரியா? நாஸ்தா சாப்பிட்டாச்சா நீங்கள்?"

"இல்லை."

"சரி, கிளம்புங்க."

காரில் அமர்ந்ததும் கிளம்பி ஸாத் பங்களவில் இருக்கும் ஸ்வதேஷ் ஹோட்டல் வாசலில் நிறுத்தினாள். கூட்டம் இருக்கவில்லை. இருவருக்கான மேசை இருந்த மூலையில் அமர்ந்தனர்.

"மௌஸி, என்ன ஆர்டர் பண்ணட்டும்?"

"முதல்ல ஒரு கப் சாயா சொல்றியா?" என்றுவிட்டுச் சிரித்தார். உரிமையுடன் ஒருமையில் அழைத்தது பிடித்திருந்தது.

வெயிட்டர் வந்ததும் சாயாவுக்குச் சொல்லிவிட்டு, பிறகு சந்தியாபாயின் விருப்பத்தைக் கேட்டுவிட்டு, அவளுக்கு வெங்காய ரவா தோசையும், தனக்கு ஒரு மாதுளம்பழ ஜூஸும் கொண்டுவரப் பணித்தாள்.

"இது என் செலவாக இருக்கட்டும்" என்று கூறினார் சந்தியாபாய்.

"அதற்கென்ன, பார்க்கலாம்" என்றுவிட்டு, தோசையும் ஜூஸும் வருவதற்குள் தன் துப்பறியும் தொழில் பற்றியும், தன்னைப் பற்றியும் கூறினாள். சற்றே வியப்புடன் அவள் சொல்வதைக் கேட்டுக்கொண்ட சந்தியாபாய் மௌனமாக இருந்தார்.

டீ வந்தது முதலில். மெல்ல ஊதி ஊதிக் குடிக்க ஆரம்பித்தார்.

"நீ மதறாஸியா?" என்று கேட்டார் சற்று நேரத்துக்குப் பின் தோசையைச் சாப்பிட்டபடி.

"ஆமாம் மௌஸி. ஏன், மதறாஸிகளைப் பிடிக்காதா?"

"அப்படியெல்லாம் இல்லை. சும்மா கேட்டேன். துத்ஸா மராட்டி சாங்லா ஆஹே. (உன் மராட்டி நன்றாக இருக்கிறது)" என்றுவிட்டு மௌனமாகவே சாப்பிட்டார்.

சாப்பிட்டு முடித்ததும் இன்னொரு டீ குடித்துவிட்டு, சுதா எவ்வளவு வற்புறுத்தியும் கேளாமல் 'பில்'லுக்கான தொகையைத் தானே தந்தார்.

மீண்டும் காரில் அமர்ந்து வீட்டை நோக்கி ஓட்டினாள். வீட்டுக்கு வந்ததும், சந்தியாபாய் சுற்றும்முற்றும் பார்த்தாள். அலுவலக அறையில் ஸ்டெல்லா கணினி முன் உட்கார்ந்திருந்தாள். ஸ்டெல்லாவைக் கூப்பிட்டு அறிமுகம் செய்தாள்.

செல்லம்மாள் வர இன்னும் நேரமிருந்தது. சந்தியாபாயை அமரச் சொல்லிவிட்டு, டீப்பாய் மேல் ஜில்லென்று இரண்டு டம்ளர் தண்ணீர் வைத்தாள் ஸ்டெல்லா. சுதாவும் அமர்ந்துகொண்டு மெல்லக் கேட்டாள்:

"மௌஸி, என்ன பிரச்சினை? நான் தெரிஞ்சுக்கலாமா?"

"அது பெரிய பிரச்சினை பேட்டீ. தீர்க்க முடியாத பிரச்சினை."

"தீர்க்க முடியாத பிரச்சினையே கிடையாது மௌஸி. சொல்லுங்களேன்."

மௌஸி தணிந்த குரலில் பேச ஆரம்பித்தார்.

சந்தியாபாய் கர்ஜத் அருகில் உள்ள கிராமத்தைச் சேர்ந்தவர். தந்தை விவசாயி. தாய் வெறும் விவசாயியின் மனைவி மட்டும் இல்லை. கணவனுடன் களத்தில் இறங்கி வேலை செய்யத் தயங்காதவள். பயிர் பற்றியும், பயிரிடுவது பற்றியும் அவருடன் விவாதிக்கத் தெரிந்தவள். இரண்டு பெண்கள் அவர்கள். சந்தியாபாய், சாந்தாபாய். இருவரும் பள்ளியிறுதிவரை படித்திருந்தாலும், பெற்றோர்களைப் போலவே சேற்றிலும் சகதியிலும் வேலை செய்யத் தெரிந்தவர்கள். மண் மோகம் பிடித்தவர்கள். சந்தியாபாயிக்குத் திருமணம் ஆகும்போது வயது இருபத்திரண்டு. பெற்றோர்களால் ஏற்பாடு செய்யப்பட்ட திருமணம்தான். அவர்கள் தேர்ந்தெடுத்த பையன் மும்பாயில் அரசு உத்தியோகத்தில் இருந்தான். சிரித்த முகம். சகஜமாகப் பழகும் சுபாவம். பிரகாஷ் என்று பெயர். மும்பாய் போவது பற்றி ஒரு பதைபதைப்பு கூடிய ஆர்வம் இருந்தாலும், ஊரை விட்டுப் பிரியும் சோகம் இருந்தது.

"பாபா, அவருக்கு விவசாயம் பிடிக்குமான்னு கேளுங்க" என்றாள் தந்தையிடம்.

கிராமம் பக்கமே வந்தது கிடையாதாம் அவளுக்கு வரப்போகும் கணவன். மும்பாய்தான் அவன் ஊராம். தாதரில் பிறந்து வளர்ந்தவன். அவன் அம்மாவும் மும்பாய் பெண்களைப்போல் விசுக்விசுக்கென்று நடந்தாள். 'நவ் வாரி' (ஒன்பது கஜம்) புடவை கட்டாமல் ஆறு கஜம் புடவை கட்டினாள். அவன் தந்தையும் பாபாவைப்போல் வேட்டி கட்டாமல் பான்ட்தான் போட்டுக்கொண்டிருந்தார். சற்று பயமாக இருந்தது சந்தியாவுக்கு. ஆனால் அவர்கள் தங்கமானவர்கள். அவர்கள் இருந்த வாடியில் அவர்களைக் கொண்டாடாதவர்கள் கிடையாது என்பது பிறகு தெரிந்தது.

1978இல், திருமணமான இரண்டாம் ஆண்டு, மஹேஷ் பிறந்தான். 1980இல் மங்கேஷ். 1981இல் ஒருவர் பின் ஒருவராக மாமியாரும் மாமனாரும் இறந்து போனார்கள். வாடியில் இருந்த வீடு அவர்கள் சொந்த வீடு இல்லை. தூரத்து உறவினர் வீடு. அவர் மகன் வந்து வீட்டைத் தரச் சொன்னபோதுதான் தங்களுக்கென்று வீடு வாங்க வேண்டும் என்ற எண்ணம் வந்தது. வாடி இருந்தது தாதரில். அங்கு வீடு வாங்க முடியும் என்று தோன்றவில்லை. மும்பாயில் தாதர் போன்ற பகுதிகளில் வீடு வாங்குவது சுலபமல்ல. போரிவிலி பகுதியில் பார்க்கத் துவங்கினார்கள். 1978இல் கட்டப்பட்ட கட்டிடம் ஒன்றில் ஒரு படுக்கை அறையுடன் கூடிய இரு வீடுகள் அருகருகே இருந்தன. நண்பர்களும் உறவினர்களும் இரண்டு வீடுகளையும் வாங்கும்படிச் சொன்னார்கள். பிற்காலத்தில் இரண்டு மகன்களுக்கும் ஆளுக்கொரு வீடு இருக்கும் என்று கூறினார்கள். ஒரு வீடு எழுபத்தைந்தாயிரம். பிரகாஷிடம் பணம் இருக்கவில்லை. பெற்றோர்கள் இறக்கும் முன் ஏற்பட்ட வைத்தியச் செலவில் கணிசமான தொகை கையை விட்டுப் போயிருந்தது.

சந்தியாவின் தந்தை பாதிப் பணம் தர முன்வந்தார். மீதிப் பணத்துக்கு சந்தியாவின் நகைகள் விற்கப்பட்டன. அவள் ஆயி தந்த நல்ல கனமான தங்க நகைகள். இரண்டு வீடுகளும் சந்தியாவின் பெயரிலேயே வாங்கப்பட்டன. பிறகு இடைச் சுவரை இடித்துவிட்டு, பெரிய வீடாக அமைத்துக்கொண்டார்கள்.

சந்தியாபாய் பேசுவதைச் சற்று நிறுத்தினார்.

'திருமணம் செய்துகொண்டு என்றென்றைக்கும் ஆனந்தமாக வாழ்ந்தார்கள்' என்று முடியும் கதைபோல் பட்டது சுதாவுக்கு. இதில் என்ன பிரச்சினை? ஸ்டெல்லாவைப் பார்த்தாள். ஸ்டெல்லா மெல்ல எழுந்து லவங்கப்பட்டைத் தேநீர் போடப் போனாள். மின்சாரக் கெட்டிலில் நீரை நிரப்பிப் பித்தானை அழுத்தினாள்.

○

சந்தியாபாய் தலையைக் குனிந்து கொண்டார் கைகளைப் பார்த்தபடி.

ஸ்டெல்லா ஒரு தட்டில் தேநீர்க் கோப்பைகளை கொண்டுவந்து வைத்ததும், அதில் ஒரு கோப்பையை எடுத்துக்கொண்டு, "லவங்கப்பட்டை போட்டுக்கூட சாய் பண்ண முடியுமா?" என்று வியந்தார். "இது சுதா மேடமுக்குப் பிடித்தது" என்றாள் ஸ்டெல்லா.

மெல்ல உறிஞ்சிக் குடிக்க ஆரம்பித்தார் சந்தியாபாய்.

"மௌஸி, இதுவரை சொன்னதுல ஒரு பிரச்சினையும் இல்லையே?" என்று மெல்ல ஆரம்பித்தாள் சுதா.

பதில் கூறாமல் மௌனித்தபடி தேநீர் பருகினார் சந்தியாபாய். பிறகு கூற ஆரம்பித்தார்.

வீடு வாங்கி, குடி புகுந்து, இரண்டு மகன்களும் வளர்ந்து, படித்து, வேலை கிடைத்து, அருமையான இரு மருமகள்கள், பேரக் குழந்தைகள் என்று எல்லாமே கொண்டாட்ட அனுபவங்கள்தாம். ஓர் இடி சொல் கிடையாது. சண்டை கிடையாது. முகச் சுளிப்பு கிடையாது. முகம் தூக்கல் கிடையாது.

பிரகாஷ் இரண்டாண்டுகள் முன்புதான் வேலையிலிருந்து ஓய்வு பெற்றார். வங்கிச் சேமிப்பு, சேம நிதி எல்லாம் சேர்ந்து ஒரு கணிசமான தொகை கையில் இருந்தது. எல்லாம் சரியாகப் போய்க்கொண்டிருந்தபோது பாபா இறந்துபோனார். அதற்கு இரண்டு ஆண்டுகள் முன்பே ஆயி போய்விட்டாள். சாந்தாபாய் தன் கணவருடன் வந்து பாபாவுடன் இருந்தாள் ஆயி போன பின்பு. சாந்தாபாயின் கணவருக்கு நிலம் புலம், விவசாயம் இவற்றில் ஈடுபாடு இருந்தது.

இவள் அறுபதாம் பிறந்த நாளுக்கு ஒரு மாதம் முன்பு சாந்தாபாயின் கணவர் திடீரென்று இறந்துபோனார். அறுபதாம் பிறந்த நாள் தன் வாழ்க்கையின் திருப்புமுனை என்று சந்தியாபாயிக்குத் தோன்றியது.

திடீரென்று அவளும் சாந்தாபாயும் படித்து வளர்ந்த நாட்களும், கிணற்றுச் சுவரில் அமர்ந்து அவர்களைப் பிரதிபலித்த தண்ணீரை உற்றுப் பார்த்த நாட்களும், பள்ளியிலிருந்து வந்தவுடன் வயலுக்கு ஓடிய நாட்களும் நினைவுக்கு வந்தன. சில நாட்கள் தூங்கி எழும்போது ஆயியுடன் பேசியபடி எழுந்தாள். கூடப் படுக்கும் பேரன் பேத்திகள் ஆச்சரியமாகப் பார்த்தனர். ஆனால் அவள் அந்த முடிவை எடுக்கக் காரணம் சாந்தாபாயுடன் நடந்த அந்த உரையாடல்தான்.

தினமும் காலையில் ஒரு முறை சாந்தாபாய் கூப்பிடுவாள். அன்று கூப்பிட்டபோது குரல் ஒரு மாதிரி இருந்தது.

“என்ன சாந்து?” என்று கேட்டாள்.

“வினோத் போய் இன்னிக்கு ஒரு மாதம் ஆகப் போகிறது. தாயி, எனக்கு உன் மடியில் தலை வெச்சுப் படுக்க ஆசையா இருக்கு. துக்கம் எல்லாம் இல்லை. வினோத் ஒரு நல்ல மனுஷன். நல்ல வாழ்க்கை வாழ்ந்து, நன்றாகவே இருந்துவிட்டுப் போனார். போகும் வயதில்லை. உன் வயதுதானே தாயி, அவருக்கு? தாயி, எனக்கு ஒண்ணு தோணுது மனசுல. இன்னும் இருபது வருஷம் இருப்போமா? அந்த இருபது வருஷம் நீ என்னுடன் இருக்கக் கூடாதா? நானும் நீயுமாக இங்கே வயல்ல ஒரு பக்கம் மூலிகைச் செடிகள் வளர்க்கலாம், தாயி. நேற்று உள்ளறையில ஒரு பீரோவைத் திறந்தேன். ஒரு பழைய பெட்டியில, ஒரு பழைய நோட்டுப் புத்தகம் முழுவதும் ஆயி எனக்கு எழுதித் தந்த ராகி போட்டுச் செய்யும் சமையல் குறிப்புகள். ராகி லட்டு, ராகி ஹல்வா, ராகிக் கூழ், ராகி தோசை. அது எல்லாம் வெறும் குறிப்புகள் இல்லை, தாயி. அவங்க தலைமுறையோட ஆரோக்கிய ரகசியம். அது தவிர விதம் விதமான மூலிகைகள் பற்றிய குறிப்புகள். ஆயியும் பாபாவும் கிணற்றுக்கு அந்தப் பக்கம் முழுவதும் மூலிகைச் செடிகளும் மூலிகைப் பூக்களும் பயிர் பண்ண ஆசை வெச்சிருந்தாங்களாம். அந்த பீரோ மேல சாய்ஞ்சு பகல் முழுவதும் இருந்தேன், தாயி.”

சாந்தாபாய் பேசப் பேச, சந்தியாபாயிக்கு முதுகெலும்பு ஜில்லிடும் சுகமான உணர்வு ஏற்பட்டது. ஒரு வகை உவகை பொங்கியது. கிராமத்து வீட்டில் அவர்கள் இருவரும். வயலிலும் வெளியிலும் பலருடன் வேலை செய்தபடி. ராகிக் கூழ் சுவைத்தபடி. ஜாஸ்வந்தி, ஸதாஃபுலி, ரோஜா, மல்லிகை வளர்த்தபடி. மூலிகைச் செடிகளை பயிரிட்டபடி. அடுத்த இருபது ஆண்டுகள் ஒரு முடிவில்லாப் பச்சையாய்த் தெரிந்தது.

ஆயி பாபாவின் வீடு, அந்தப் பழைய பாத்திரங்கள், கயிற்றுக் கட்டில்கள், பானைகள், பித்தளைப் பாண்டங்கள், அடர் பச்சையும், கரு நீலமும், ரத்தச் சிவப்புமாய் ‘நவ்வாரி’ புடவைகள், கரை போட்ட ரவிக்கைகள், சந்தைக்குப் போனபோதெல்லாம் எடுத்த புகைப்படங்கள் இவற்றுடன் மனத்தில் ஓர் அருங்காட்சியகமாக உருவாகியது.

சாந்தாபாய் தொலைபேசித் தொடர்பைத் துண்டித்தது கூடத் தெரியவில்லை. அறுபதாம் பிறந்தநாள் அன்று அதைக் கூறினாள். கொண்டாடவில்லை பிறந்தநாளை. வினோத் இறந்து ஒரு மாதமே ஆகியிருந்ததால்.

“நான் கர்ஜத் போகலாம்னு பார்க்கிறேன்.”

உடனே எல்லாரும் ஆமோதித்தனர்.

“ஆமாம். போய் ஒரு ரெண்டு மாசம் இருந்துட்டு வாங்க ஆயி. மௌஸிக்கு ஆறுதலா இருக்கும்” என்றான் மங்கேஷ். அவன் மனைவியும், “ஆமாம் ஆயி, போகணும் நீங்க” என்றாள்.

பிரகாஷ் அவள் எதைச் சொன்னாலும் மறுப்பவரில்லை. அவரும் கர்ஜத் சென்று ஓரிரு மாதங்கள் இருந்துவிட்டு வரும்படி கூறினார்.

அவர்கள் சொல்வதை எல்லாம் கேட்டுவிட்டு அவள் மெல்லச் சொன்னாள்.

“ரெண்டு மாசம் இல்லை. நிரந்தரமா நான் அங்கே போய் இருக்கத் தீர்மானிச்சுட்டேன்” என்றாள்.

திடுக்கிட்டனர் அனைவரும்.

“என்ன சந்தியா, ‘நான் நிரந்தரமா அங்கே போறென்’னு சொன்னா என்ன அர்த்தம்? நான், உன் குடும்பம் இதெல்லாம் ஒரு பொருட்டே இல்லையா உனக்கு?” என்றார் பிரகாஷ்.

“நீங்க ஒரு மும்பாய்க்காரர். கர்ஜத் பிடிக்குமா உங்களுக்கு? நீங்களும் வந்தால் சந்தோஷப்படுவேன். ஆனால் உங்களுக்குப் பொழுது போகாது. உங்களுக்கு மும்பாய் ரயில் வேணும். கூட்டம் வேணும். கடற்கரை வேணும். உங்கள் நண்பர்கள் வேணும் வாங்கடே ஸ்டேடியம் போய் கிரிக்கெட் பார்க்க. மராட்டி நாடகம் பார்க்க. சங்கீதக் கச்சேரிக்குப் போக.”

“உனக்கு மட்டும் பொழுது போகுமா அங்கே? சாந்தாவுடன் எத்தனை பேச முடியும்?”

“நானும் சாந்தாவுமாக மூலிகைச் செடிகள், பூச்செடிகள் பயிரிடப் போறோம்.”

எல்லாரும் சிரித்தனர்.

“விவசாயிகள் கடன்ல மூழ்கித் தற்கொலை செய்துக்கற காலம் இது, ஆயி. இதெல்லாம் உங்களால முடியாது” என்றான் மஹேஷ். அவன் மனைவி ஸீமா கல்லூரியில் பேராசிரியை.

“ஆயி, இந்த வயசுல இப்படி வினோதமான எண்ணங்கள் வரும். அது சகஜம்தான். நான் வேணா ஒரு ரெண்டு வாரம் லீவு எடுக்கவா? நீங்க வீட்டுலயே இருந்து களைச்சிட்டீங்கன்னு நினைக்கிறேன். நாம் எல்லாருமா போகலாம் எங்கேயாவது மகாபலேஷ்வர், ஷீர்டி, நாஸிக் எல்லாம் போகலாம்.”

சந்தியாபாய் அவள் கூறியதை மெல்ல மறுத்தாள். "நீ நினைக்கிறபடி இல்லை."

"அது என்ன மூலிகை அதுஇதுன்னு உளறல்? கையில பணம் வேண்டாமா? தவிர, சும்மா சாந்தாவோட இருக்க முடியுமா? மாசாமாசம் இங்கேயிருந்துதானே செலவுக்குப் பணம் அனுப்பணும்? இது வீண் செலவு இல்லையா?" என்றார் பிரகாஷ் குரலைச் சற்று உயர்த்தி.

"அது பற்றி நான் யோசித்தாகி விட்டது. இந்த வீடு வாங்க பாபாதான் பாதிப் பணம் தந்தார். மீதிப் பாதியை நான் தந்தேன் என் நகையை வித்து. நான் எஸ்டேட் ஏஜண்ட் கிட்ட விசாரிச்சேன். இப்போ இந்த வீடு ரெண்டு கோடிக்கு மேலே போகுமாம். வீட்டை வித்து பணத்தை அஞ்சாப் பிரிப்போம். அஞ்சாவது பங்கு இத்தனை நாள் மஹேஷும் மங்கேஷும் இந்த வீட்டுக்காகத் தாராளமா செய்த செலவுக்கு. மூணு பங்கு அவங்க ரெண்டு பேருக்கும். நாலாவது பங்கும் அஞ்சாவது பங்கும் எங்க ரெண்டு பேருக்கும். என் பங்கை நான் எடுத்திட்டுப் போவேன். மஹேஷும் மங்கேஷும் பெரிய பெரிய கம்பெனிகள்ல இருக்காங்க. பாங்க் லோன் வாங்கி, இந்தப் பணத்தையும் போட்டால் கடல் மாதிரி வீடு வாங்கலாமே? என்ன கஷ்டம் இதுல? இல்லை இந்த வீட்டுலியே இருக்கணும்னா என் பங்கை நீங்க ரெண்டு பேரும் வாங்கலாமே? உங்கள் பாபா உங்க ரெண்டு பேரில் யார் கிட்ட வேணுமானாலும் இருக்கலாம். அவர் வசதிக்கும் சௌகரியத்துக்கும் அவர் கிட்டே பணம் இருக்கு. கர்ஜத்தும் வரலாம் அவர். வந்தா நான் ரொம்பவே சந்தோஷப் படுவேன்."

அதிர்ந்து போனார்கள் எல்லாரும்.

பிரகாஷ் மெல்ல அவள் முதுகைத் தடவினார். "சந்தியா, போய்க் கொஞ்சம் தூங்கு" என்றார்.

"இல்லை. தூக்கம் வரலை."

மறுநாள் குடும்ப டாக்டர் வந்தார். பல கேள்விகளைக் கேட்டார். மூலிகைச் செடிகளைப் பற்றி அவள் கூறியபோது எல்லாரையும் பார்த்துத் தலையசைத்தார். முழு ஓய்வு தேவை என்றார். இப்படி இழுபறியாய் ஒரு வருடம். ஆரோக்கியமாக இருந்த அவள் நோயாளிபோல் அன்புடன், கருணையுடன், பாவப்பட்ட ஒருத்தியாய் பேணப்பட்டாள். அவர்களை மீறி அவள் ஏதும் செய்யாமல் இருக்க வீட்டுப் பத்திரங்கள் வங்கியில் பத்திரப்படுத்தப்பட்டன.

மன நல வைத்தியரிடமிருந்து மாதவிடாய் நின்றபின், காலம் கடந்து சில சமயம் சிலருக்கு ஏற்படும் மனக்குழப்பத்தில் அவள்

இருக்கிறாள் என்ற சான்றிதழ் வாங்க முயற்சி நடப்பதை அவள் அறிந்துகொண்டபோது அவள் வீட்டை விட்டு வெளியேறினாள்.

"கர்ஜத் போயிருக்கலாமே மௌஸி? அந்தேரி ஸ்டேஷன்லியா வந்து உட்காருவது?"

"என் பங்கு வராமல் நான் போக மாட்டேன்" என்றார் சந்தியாபாய் அழுத்தம் திருத்தமாய்.

"நீங்க காணாமப் போயிட்டீங்கன்னு அவங்க போலீஸ்ல சொல்லியிருப்பாங்க இதுக்குள்ள."

"இல்லை. வீட்டுல யாரும் இல்லை. மஹேஷும் மங்கேஷும் குடும்பத்தோடு சிங்கப்பூர் போயிருக்காங்க ரெண்டு வாரத்துக்கு. பிரகாஷ் டெல்லி போயிருக்கார் ஒரு வேலையா."

"அப்படீன்னா வீட்டை விட்டு ஏன் வெளியேறினீங்க? அந்தேரி ஸ்டேஷன்ல ஏன் உட்கார்ந்தீங்க?" என்றாள் சுதா மறுபடியும்.

"வீட்டுல வேலை செய்யும் பெண்ணை நாள் முழுவதும் எனக்குத் துணையா இருக்கச் சொல்லியிருந்தாங்க. அவங்களுக்கு இருந்த அன்பால அதைச் செய்திருக்கலாம். ஆனால் எனக்கு அது கண்காணிப்பு மாதிரி பட்டுது. அது தாங்கலை. போரிவிலி ஸ்டேஷன் போனேன். நான் அடிக்கடி அந்தேரி வருவேன் சாமான்கள் வாங்க அப்புறம் ஸாத் பங்களாவில இருக்கிற கோயிலுக்கு. அதனால பாஸ் எடுத்து வெச்சிருந்தேன். ரயில் வந்ததும் சட்டென்று ஏறிவிட்டேன். அந்தேரியில இறங்கினதும் மனசு குழம்பிப் போச்சு. ஒரு அறுபது வயதுப் பெண்மணிக்கு வீட்டை விட்டுப் போனால் தங்க ஏது இடம்? அவளை ஏதாவது ஆசிரமத்துக்குப் போன்னு சொல்லுவாங்க. அங்கேயே ஸ்டேஷன்ல உட்கார்ந்துவிட்டேன். ஒரு பெரிய பாறாங்கல் மாதிரி ஒரு துக்கம் நெஞ்சுல கனத்துது. மனசுல இருக்கும் ஒரு ஆசையச் சொன்னதுக்கு எனக்குத் தண்டனை. சொல்லாமல் செத்திருந்தா கொண்டாடியிருப்பாங்க. சுதா, உனக்குப் பல ஜன்மங்கள்ல நம்பிக்கை இருக்கா? எனக்கு இல்லை. என் பாபா சொல்லுவார். நரகமும் சொர்க்கமும் மனசுலதான். உயிரோடு இருக்கும்போதுதான். இறந்த பின்னால நாம எல்லாம் காத்து, வெறும் காத்து."

சந்தியாபாயின் குரல் நடுங்கியது.

அவள் கைகளைச் சேர்த்துப் பிடித்து அழுத்தினாள் சுதா. "அந்தப் பெண் இப்போ அவங்களுக்கு ஃபோன் போட்டுச் சொல்லியிருக்க மாட்டாளா?"

"இல்லை. ஒரு சிநேகிதி வீட்டுக்குப் போய்விட்டு ராத்திரி இருந்துவிட்டு வருவேன்னு சொன்னேன் அவளிடம்.

"ரொம்ப அவசரப்பட்டு எல்லாம் செய்திட்டீங்க, தாயி."

"இல்லை, சுதா. அவங்க வந்ததும் அந்த சர்ட்டிஃபிகெட் வாங்கிடுவாங்கன்னு தெரிஞ்சதும் பயந்து போயிட்டேன்."

"சரி, பார்க்கலாம்" என்றுவிட்டு எழுந்தாள் சுதா.

செல்லம்மாள் வந்து சமைக்க ஆரம்பித்திருந்தாள். 'தாலு'க்கு வெங்காயம் வதக்கி, தாளிக்கும் மணம் கமழ்ந்தது வீடெங்கும்.

ஸ்டெல்லாவை சந்தியாபாயுடன் பேசிக்கொண்டிருக்கச் சொல்லிவிட்டு உள்ளே போனாள் சுதா.

முதலில் மித்ராவின் கைபேசி எண்களை அழுத்தினாள்.

மித்ரா வீட்டில்தான் இருந்தாள். அவள் வேலை செய்யும் தொண்டு நிறுவனத்துக்கு இன்னும் கிளம்பவில்லை.

"மித்ரா, ஒரு பெண்மணியை அந்தேரி ஸ்டேஷனில் பார்த்தேன்" என்றுவிட்டு, விவரங்களைக் கூறியதும், "அவங்க பெயர் சந்தியாபாய்தானே?" என்று கேட்டாள்.

"ஆமாம்."

"அவங்க போன வருஷம் எங்க கிட்ட வந்திருந்தாங்க. அது ஒரு சிக்கலான கேஸ் சுதா. நாங்க அவங்க குடும்பத்தோடு ரொம்பப் பேசிப் பார்த்தோம். அவங்க பிடிவாதமா இருக்காங்க. இவங்க சொல்லுவது எதுவும் அவங்களுக்கு விளங்கலை. நீ லிடியா கிட்ட பேசிப் பாரு. அவள் நிறுவனம் சட்ட ரீதியா அணுக உதவி செய்யலாம்."

"சரி."

அடுத்ததாக லிடியாவுடன் தொடர்பு கொண்டாள்.

எல்லாவற்றையும் கேட்ட லிடியா, "சுதா, இந்த மாதிரி விஷயங்களில் தடாலடியாதான் ஏதாவது செய்ய முடியும். இல்லாவிட்டால் இழுத்தடிக்கும். கிருபா எட்வர்ட் கதை தெரியுமில்லையா? அவள் விஷயத்தில் செய்ததுதான் இதிலும் செய்யணும். அதுதான் சாத்தியம். அவங்க கிட்டக் கேளு இது அவங்களுக்குச் சம்மதமான்னுட்டு. அப்புறம் வீட்டுப் பத்திரம், நகை வித்த ரசீது, அவங்கப்பா தந்த செக் பற்றிய விவரங்கள், இதெல்லாம் இருக்கா அவங்ககிட்டேன்னுட்டு கேளு. அப்புறம் என்ன? வேறென்ன விஷயம்? துப்பறியும் வேலை எப்படிப் போகுது?"

கிருபா எட்வர்ட் விஷயத்தில் அவர்கள் எல்லாருமே முயற்சி செய்ய வேண்டி வந்தது. சுதாவுக்கும் அதற்கும் சம்பந்தமே இல்லை என்றாலும், இன்ஸ்பெக்டர் ஷெல்கேயின்

மறைமுக உதவி தேவைப்பட்டதால் அவளும் அதில் இணைந்துகொண்டாள். கிருபாவை அவள் கணவன் கட்டிய துணியுடன் வெளியே அனுப்பிவிட்டான் ஒரு நாள். கிருபா கல்லூரியில் வேலை பார்த்தாள். மாணவிகளுக்குக் கிருபா என்றால் உயிர். மாணவர்களுக்கும். அதுதான் பொறுக்கவில்லை. மகனை மட்டும் தன்னுடன் வைத்துக்கொண்டு பத்து வயது மகளுடன் விரட்டிவிட்டுவிட்டான். வெளிநாட்டில் இருந்த தோழி ஒருத்தியின் வீடு ஒன்று இருந்தது கொலாபாவில். அவளிடம் பேசி, சாவி வாங்கி அங்கே போனாள். வெறும் காலி வீடு. லிடியாவைத் தொடர்புகொண்டாள். லிடியாவும் மித்ராவும் சுதா மூலமாக ஷெல்கேயைக் கலந்தாலோசித்தனர். வீட்டில் இருந்த ஸோபா, குளிர்பதனப்பெட்டி, டிவி, கட்டில் மேசை எல்லாமே அவள் சீதனமாக வந்தவை. பள்ளியில் டீச்சராக இருந்த அவள் விதவைத் தாய் உழைத்து உழைத்துச் சேர்த்துச் செய்தது. அவன் தன்னுடன் இருத்திக்கொண்ட பையனோ அம்மா இல்லாமல் இருக்க முடியாதவன்.

திட்டம் போட ஒரு நாள்தான் ஆகியது.

காலையில் பையனின் பள்ளிக்குப் போய் பிரின்ஸிபாலிடம் அனுமதி வாங்கி அவனைப் பார்த்தபோது, கன்னத்தில் கைவிரல்களின் அடையாளம் சிவப்பாகப் பதிந்திருந்தது தெரிந்தது. "அப்பா குடிச்சுட்டு அடிச்சாரு" என்றான் தொண்டையடைக்க. நேரே போலீஸ் ஸ்டேஷன் கூட்டிப்போய் குற்றச்சாட்டைப் பதிவு செய்தார்கள். பிறகு பள்ளி விட்டதும் கொலாபா வீட்டுக்கு வரும்படி கூறினார்கள்.

பிறகு ஒரு லாரியுடன் கிருபாவின் வீட்டுக்குப் போனார்கள். கணவன் அலுவலகம் போயிருந்தான். சாவி இருந்தது கிருபாவிடம். அடித்துக்கொண்டே இருந்த தொலைபேசியை யாரும் எடுக்கவில்லை. ஸோபா, டிவி, குளிர்பதனப்பெட்டி, சமையலறைச் சாமான்கள், மெத்தைகளுடன் கட்டில், பீரோ, நகைகள், வங்கிக் கணக்குப் புத்தகங்கள், துணிமணிகள் எல்லாம் லாரியில் ஏற்றப்பட்டன ஒரு மணி நேரத்தில். மகன் மாலை வரும்போது கொலாபா வீடு தயாராக இருந்தது.

சந்தியாபாய் விஷயம் வேறு. இதை வேறு மாதிரி அணுக வேண்டும். சந்தியாபாயுடன் பேசிக்கொண்டிருந்த ஸ்டெல்லா எடுத்த குறிப்புகள் இருந்த குறிப்பேட்டுடன் கோவிந்த் ஷெல்கேயைக் கூப்பிட்டாள்.

"கோவிந்த், ரொம்ப பிஸியா?"

"நெவர் பிஸி ஃபார் மை தீதி."

"கோவிந்த், ஒரு குடும்பப் பிரச்சினை."

"உங்க குடும்பத்திலா? நரேன் பாய்ஸாஹேபுடன் நான் சண்டை போடட்டுமா?" சிரித்தார்.

"குடும்பம் என்றால் என் குடும்பம்தானா?" என்று கேட்டுவிட்டு விளக்கினாள்

"ம்" என்றார்.

"ஏதாவது வழி இருக்கிறதா, கோவிந்த்?"

"நேர் வழி கிடையாது."

"பின்னே?"

"தீதி, மௌஸி வீட்டுக்குப் போகட்டும். அங்கே வேலைக்கு வரும் பெண் ஒரு வாரம் வராதபடி பார்த்துக்கொள்ளலாம். அவள் பெயர் என்ன சொன்னீர்கள்?"

குறிப்பேட்டைப் பார்த்தாள்.

"மந்தா."

"வீடு எங்கேயாம்? பக்கத்திலா?"

"கணேஷ் நகர்."

"தனியாளா?"

"இல்லை. கணவன் ஆட்டோ டிரைவராம். மூணு குழந்தைகள். ரொம்ப நல்லவளாம்."

"சரி. பாங்க் அக்கவுன்ட் கணவர் பெயரிலா இல்லை ஜாயின்ட் அக்கவுன்டா?"

"ஜாயின்ட் அக்கவுன்ட்தான்."

"வீட்டுப் பத்திரங்கள் எங்கே இருக்கிறதாம்?"

"பாங்க் லாக்கர்லதான்."

"சரி, அவர் கிட்டே நான் பேசலாமா?"

"இதோ கூப்பிடுகிறேன்" என்றுவிட்டு சந்தியாபாயை அழைத்தாள் தொலைபேசியில் பேச.

கோவிந்த் ஷெல்கே கூறியதைக் கவனமாகக் கேட்டுக்கொண்டார் சந்தியாபாய். பேசிவிட்டு சுதாவிடம், "அவர் சொல்வது சரிதான்" என்றார்.

வீட்டுக்குப் போகவும் மற்ற திட்டங்களுக்கும் ஒப்புக்கொண்டாலும் ஒரு விதத் தயக்கம் இருந்தது சந்தியாபாயிடம். அவர்களுக்கு உணவு எடுத்து வைத்த செல்லம்மாள் சுதாவிடம், "சுதாம்மா, நான் வேணா ஒரு ரெண்டு நாள் போய் அவங்களோட இருக்கவா? என்னமோ ஒரு மாதிரியா

அம்பை

இருக்காங்களே?" என்றாள். அவள் கூறியதை சந்தியாபாயிடம் கூறியதும் அவர் முகம் மலர்ந்தது. 'சரி' என்றார் உடனே.

பகலுணவுக்குப் பின் சுதா அவர்களை போரிவிலி வரை காரில் அழைத்துப் போனாள். வழியில் விடுதியிலிருந்த பெட்டியை எடுத்துக்கொண்டபின், மேலும் இரண்டு நாட்கள் அறை வேண்டாம் என்று மேரியிடம் கூறிவிட்டு வந்தனர். செல்லம்மாள் வீட்டுக்குப் போய் இரண்டொரு நாட்களுக்கான துணிமணிகள் எடுத்துக்கொண்டபின் கிளம்பினார்கள்.

போரிவிலி சென்றடையும்போது மூன்று மணி. மந்தா சந்தியாபாயைக் கண்டதும் உற்சாகமாக வரவேற்றாள். டிவியில் மராட்டி தொடர் ஒன்று ஓடிக்கொண்டிருந்தது. அவர்களுக்குத் தண்ணீர் கொண்டு வந்தாள். பிறகு தயக்கத்துடன், "ஆஜி, யாரோ மினி பஸ்ஸில் சில பேரை ஷீர்டி, நாஸிக் கூட்டிட்டுப் போறாங்களாம் எங்க பஸ்தியில. ஏதோ நேர்த்திக் கடனாம். எனக்கு ஒரு வாரம் லீவு கிடைக்குமா?"

"ஒரு வாரமா?"

"சுனிலோட ஆட்டோ லைசன்ஸ்ல ஏதோ பிரச்சினையாம். இப்பத்தான் ஃபோன் போட்டார். ஷீர்டி போயிட்டு வந்து அதைப் பார்க்கணும். ப்ளீஸ் ஆஜி."

"சரி போ. இந்த ஆன்ட்டி எனக்குத் துணையா இருப்பாங்க."

ஷீர்டி பயணம் ஷெல்கேயின் ஏற்பாடாக இருக்கும் என்று தோன்றியது.

மந்தா கிளம்பினாள்.

"மௌஸி, பாங்க் லாக்கர் சாவி எங்கே இருக்கு?" என்று சுதா கேட்டதும், உள் பீரோவில் இருப்பதாகக் கூறினார் சந்தியாபாய்.

"சரி மௌஸி, நாளைக்கு நான் ஒரு பத்து மணிக்கு வரேன். செல்லம்மா உங்களோட இருப்பாங்க. அவங்க என் அக்கா மாதிரி. அருணாவை வளர்த்ததே அவங்கதான்."

சந்தியாபாய் முதல் முறையாக முகம் முற்றிலும் மலர்ந்து புன்னகைத்தார்.

○

வங்கிப் பயணம் சுலபமாக அமைந்து போயிற்று. வீட்டுப் பத்திரங்கள் ஒரு தனிக் கோப்பில் இருந்தன தனிப்பூட்டுப் பெட்டியில். வேறு கிளையில் முப்பது ஆண்டுகளுக்கு மேலாக வேலை செய்து ஓய்வு பெற்றிருந்த மானேஜர் ஒருவர் மூலம் ஷெல்கே இந்தக் கிளையில் இருந்த ஒருவரை அடையாளம் காட்டியிருந்தார் மற்ற விவரங்களை விசாரிக்க. அவரை அணுகியதும், 1982ஆம் ஆண்டில் சந்தியாபாயின் தந்தை தந்த

காசோலை பற்றிய விவரங்களையும் மற்ற விவரங்களையும் நகலெடுத்துத் தந்தார். வீட்டுக்கு வந்ததும் பழைய வங்கிப் புத்தகங்கள் பத்திரமாக அடுக்கி வைத்திருந்த டிராயரைத் திறந்து, 1982க்கான இரு புத்தகங்களை எடுத்து வங்கியிலிருந்து எடுத்து வந்திருந்த கோப்பில் வைத்தார்.

பிறகு கல்பாதேவி நோக்கிப் பயணம். அந்த நகைக்கடை இருக்குமா என்று கூடத் தெரியவில்லை. கல்பாதேவியில் நுழைந்ததும், நகை விற்க வந்த நாளை நினைவு கூர்ந்தார் சந்தியாபாய்.

"மழைக்காலம் அப்போதான் முடிந்திருந்தது. ஒரு வெல்வெட் சுருக்குப் பையில் கொண்டுவந்திருந்தோம் நகைகளை. தாதரிலிருந்து டாக்ஸி பிடிச்சு வந்தோம். ரயில் வண்டி நெரிசல்ல நகைகள் பத்திரமா கொண்டுவர முடியாது, இல்லையா? மஹேஷையும் மங்கேஷையும் பக்கத்து வீட்டுல விட்டுட்டு வந்திருந்தோம். அகர்வால் நகைக் கடைக்கு வந்து அவங்க நகையை எடை போட்டுப் பார்த்தபோது பிரகாஷின் முகம் வாடியிருந்தது. ஏதோ ஒரு பெரிய தப்பு பண்ணுவதுபோல அவருக்கு எண்ணம். செக்தான் தந்தாங்க. எழுபத்தஞ்சாயிரம் ரொம்பப் பெரிய தொகை அப்போ. ஆயி தந்த சம்பாகலி ஹார் விலையே இருபதாயிரத்துக்கு இருக்கும். பூ மொட்டு நெக்லஸ் அது. கல்லு மாதிரி கனம். செக்கை எடுத்துட்டு, இங்கே ராஜஸ்தான் சாப்பாட்டுக்கடை ஒண்ணு உண்டு, அங்கெ போயி பூரி-ஹல்வா சாப்பிட்டோம். கூடவே மூங்தால் பகோடா. இன்னும் ஞாபகம் இருக்கு."

அகர்வால் நகைக்கடை இன்னும் பெரிதாக்கப்பட்டிருந்தது. கல்லாவில் இருந்த இளைஞனை அணுகி விசாரித்ததும், "இப்போ நாங்க எல்லாக் கணக்கையும் கம்ப்யூடர்ல போட்டுவிடுகிறோம், ஆன்ட்டி. 1982 அக்டோபரில் நான் பிறக்கவே இல்லை" என்றுவிட்டுச் சிரித்தான். "டாடியும் இப்போது இல்லை" என்றவன் சிறிது யோசித்துவிட்டு, "என் சாச்சா ஒருவர் இருக்கிறார். அவரைப் பார்க்கிறீர்களா? அவர் எவ்வளவு சொல்லியும் பழைய மார்வாடிப் பழக்கத்தை விடாமல் எல்லாவற்றையும் ஆரஞ்சு துணியில் கட்டிக் கட்டி வைப்பார்" என்றான். கடைச் சிப்பந்தி ஒருவரை அழைத்து பின்கட்டுக்கு அழைத்துப் போகச் சொன்னான்.

பின்கட்டில் ஒரு வளைந்த இரும்புப் படியில் ஏறி, ஒரு விசாலமான அறைக்குள் நுழைந்தனர். ஏ.ஸி. அறை. திறந்த இரும்பு அலமாரிகளில் ஆரஞ்சுத் துணியில் கட்டப்பட்டக் கோப்புகள், சிவப்புத் துணி அட்டை போட்டு, வெள்ளைக் கயிற்றால் கட்டப்பட்டக் கணக்குப் புத்தகங்கள். அறையின்

மூலையில் ஒரு சாய்வு நாற்காலியில் வெள்ளைப் பைஜாமா குர்த்தாவில் ஒரு கிழவர் அமர்ந்திருந்தார். இவர்களுடன் வந்த கடை சிப்பந்தி அவர் பக்கம் குனிந்து செவியில் இவர்கள் வந்திருக்கும் காரணம் பற்றிக் கூறினார்.

இருவரையும் பார்த்த அவர், கடை சிப்பந்தியிடம் மூலையில் இருந்த இரும்பு அலமாரியின் மேல் தட்டில் இரண்டாவதாக இருந்த கட்டை எடுக்கச் சொன்னார். அவர் எடுத்து வந்ததும், அதை நிதானமாகப் பிரித்தார். தடித்த, சுருக்கங்கள் ஏறிய ஆள்காட்டிவிரலால் கோப்புகளைப் புரட்டி ஒன்றை எடுத்து, சிப்பந்தி கூறிய அக்டோபர் மாதத்துக்கான விவரங்களைப் பார்க்க ஆரம்பித்தார்.

"பேர் என்ன சொன்னீங்க?"

"சந்தியாபாய் பவார்."

"ரசீது உங்க பேர்லயா தந்தோம்?"

"நினைவில்லை. அவர் பேர்ல கூட இருக்கலாம். பிரகாஷ் பவார்."

ஆள்காட்டிவிரல் நகர்ந்து நகர்ந்து தேடியது.

கடைசியில், "இதோ, உங்க பேர்லதான் இருக்கு" என்றபடி காண்பித்தார்.

நகைப்பட்டியலுடன் ஒரு ரசீது.

1. புடாலா
2. மூங்காச்சி ஹார்
3. குல்ஸரி
4. வஜ்ரடிக்
5. பேல்பான்
6. மோஹன் மாலா
7. சூர்ய ஹார்
8. கோல்ஹாபூரி ஸாஸ்
9. புட்லிஹார்
10. சம்பாகலி ஹார்

மெல்ல அதை கோப்புப் பட்டியிலிருந்து விடுவித்து கடை சிப்பந்தியிடம் தந்தார்.

"ஸீராக்ஸ் எடுத்துக் கொடுத்துவிடு. அப்புறம் இங்கே கொண்டா திருப்பி" என்றார்.

அவர் எடுத்துக்கொண்டு போனார்.

சந்தியாபாயை உற்றுப் பார்த்தார். அவர் பக்கத்திலிருந்த சன்னல் பக்கம் திரும்பி வெளியே பார்த்தபடி,

சல் ஜாக் முஸாஃபிர் போர் பயி
அப் ரேன் கஹான் ஜோ ஸோவத் ஹை

என்று மெல்லக் கூறினார். இவர்கள் பக்கம் திரும்பி, "பஜன் பாட்டு. கபீர் பாட்டா கூட இருக்கலாம். 'சரி, எழுந்திரு பயணியே, இது தூங்கும் நேரம் இல்லை' என்கிறார்" என விளக்கினார்.

"இன்னும் சொல்றார்:

ஜோ கல் கர்னா ஹை ஆஜ் கர்லே
ஜோ ஆஜ் கரே வோ அப் கரே

'நாளைக்குச் செய்வதை இன்றைக்குச் செய், இன்றைக்குச் செய்வதை இப்போதே செய்' சொல்வது சரிதானே?"

"அடுத்தது கேளுங்க:

ஜப் சிடியா நே சுக் கேத் லியா
ஃபிர் பச்தாயே க்யா ஹோவத் ஹை

குருவிகள் வயலைத் தின்ன பிறகு வருத்தப்பட்டு என்ன பிரயோசனம், இல்லையா?"

கடை சிப்பந்தி நகலுடன் வந்தார். மூலக் காகிதங்களைப் பணிவுடன் பெரியவரிடம் தந்தார். பிறகு அவர் சொல்படி கோப்பில் வைத்துக் கட்டி அலமாரியில் மேல் தட்டில் அதே இடத்தில் வைத்தார்.

ஒரு பையன் மூன்று கோப்பைகளில் தேநீர் கொண்டுவந்தான். மசாலா சாய்.

பெரியவரே தந்தார் அவர்களிடம்.

சந்தியாபாயிடம், "எல்லாம் நல்லபடி நடக்கும்" என்றார் ஜோசியம் சொல்வதுபோல.

சந்தியாபாய் சுருக்கமாக இந்த ரசீதின் அவசியம் குறித்துச் சொன்னவுடன், "சொத்து விஷயத்தில் ரெண்டே ரெண்டு வழிதான் உண்டு. ஒண்ணு, மார்ல ஏறி உட்கார்ந்து உனக்கு உரிமையானதை வாங்கணும். இல்லையா, துறக்கணும். பெயரே சந்தியா. துர்க்கையோட 108 நாமங்களிலே ஒரு நாமம். சிங்கத்து மேல ஏற வேண்டியதுதானே?" என்றுவிட்டுச் சிரித்தார்.

வெளியே வந்ததும், அதே இடத்தில் இருந்த ராஜஸ்தான் சாப்பாட்டுக் கடையில் சாப்பிட்டனர். அதே பூரி-ஹல்வா இருந்தது மூங்தால் பகோடாவுடன். கூடவே பொடியாக நறுக்கி,

சிவக்க வறுத்த உருளைக்கிழங்கும் ஊறுகாயும். பேசியபடி ரசித்துச் சாப்பிட்டனர். நகைப் பட்டியலை நினைவு கூர்ந்தாள் சந்தியாபாய்.

"எத்தனை வகை நகை அப்பல்லாம்! புடாலா என்ன தெரியுமா? கறுப்புக் கயிறும் தங்கச் சரடுமாய் அதில் கோத்த தங்கக் காசு மாலை. குல்ஸரி ஒற்றைத் தங்கச் சரடில் செய்த சோக்கர். தூஷியும் சோக்கர்தான். பெரிய சோக்கர். அதை சாந்துவுக்குக் கொடுத்தாள் ஆயி. கோல்ஹாபூரி ஸாஸ் வகைவகையா சின்னச் சின்ன பதக்கம் கோத்தது. 21 வகை பதக்கம் இருக்கும் அதுல. பத்து பதக்கம் தசாவதாரத்தையும், எட்டு அஷ்ட மங்கலத்தையும் குறிக்கிறது. அப்புறம் ரெண்டு சிவப்பும் பச்சையுமா. ஒரு பெரிய பதக்கம் இருக்கும் கீழே. தோராலான்னு சொல்லுவோம். கெட்ட சக்திகள் நெருங்காம தடுக்க. மற்ற மாலைகள் எல்லாம் அஞ்சஞ்சு வடத்துல மாலைகள் இலை மாதிரியும் தானியம் மாதிரியும். கோல்ஹாபூர்தான் நகைகள் செய்வதுல பேர்போனது. ஆஜி ஆயிக்கு ஏகப்பட்ட நகைகள் தந்திருந்தாங்க. எனக்குத் தந்த மாதிரியே வேற டிசைன் நகை சாந்துவுக்கு. கமர்பந்தும் அவளுக்குத்தான். இடுப்பில போடறது. அவளும் அதையெல்லாம் குழந்தைகள் வெளிநாடு போய்ப் படிக்க விற்கவேண்டி வந்தது. அவள் வித்தபோது இருபது லட்சம் வரைக்கும் கிடைச்சுது."

சாப்பிட்டுக்கொண்டிருக்கும்போதே ஷெல்கேயின் அழைப்பு வந்தது.

○

டி.எஸ்.பி ஜோசப் பின்டோவின் அண்ணா போரிவிலியில் ஒரு வீடு வாங்குவது பற்றி யோசித்துக்கொண்டிருக்கிறாராம். அவர் ஒரு பெரிய தொழிலதிபர். அவர் கம்பெனி ஒன்றுக்காக வாங்க நினைக்கிறாராம். விலை படிந்து வந்தால் முன் பணமாக ஒரு தொகை தந்து மீதிப் பணத்தை வீடு கைக்கு வந்தவுடன் தருவதாகச் சொல்கிறார். ஒரு மாதம் வரை எடுத்துக்கொள்ளலாம் வீட்டைக் காலி செய்து தர. அல்லது வீட்டை அடமானமாக வைத்து சந்தியாபாயிக்குச் வேண்டிய தொகையைப் பெற்றுக்கொள்ளலாம். அவர் குடும்பம் திரும்பி வந்ததும் அந்தத் தொகையைத் திருப்பித் தந்து வீட்டை மீட்டுக்கொள்ளலாம் அல்லது விற்பது குறித்து யோசிக்கலாம். சந்தியாபாயிக்கு சரி என்று பட்டால் தேவையான பத்திரங்கள் தயார் செய்ய ஒரு வக்கீலையும் உடன் அழைத்து வருவார். ஷெல்கேயுடனான உரையாடலின் சாராம்சம் இதுதான்.

கை கழுவிவிட்டு வந்த சந்தியாபாய், சோம்பும் சர்க்கரையும் கலந்த தூளை வாயில் போட்டுக்கொண்டு, கைப்பையைத்

திறந்த சுதாவைத் தடுத்துவிட்டு, தானே சாப்பாட்டுக்கான பணத்தைத் தந்தார்.

வெளியே வந்து காரில் அமர்ந்ததும், “ஷெல்கே சொல்றபடி செய்யலாமா, மௌஸி?” என்றாள்.

“செய்யலாம். அடமானமே வைக்கலாம்னு பார்க்கிறேன். நல்ல யோசனை அது. இந்த வீட்டை விற்பது பற்றி அவங்க தீர்மானம் செய்யட்டும். வித்தாலும் சரிதான். மீட்டுக்கொண்டாலும் சரிதான். அது அவங்க முடிவு.”

காரை டாக்டர் மனோரமா மெஹ்தா வீட்டுக்கு ஓட்டினாள். மன நல மருத்துவர். சுதாவின் தோழி. வீட்டிலேயே அவள் மருத்துவ நிலையமும் இருந்தது. சந்தியாபாயுடன் விரிவாகப் பேசிவிட்டு, அவர் நல்ல ஆரோக்கியமான மனநிலையில் இருப்பதாகச் சான்றிதழ் தந்தாள்.

வீட்டுக்கு வந்ததும் சிரித்த முகத்துடன் செல்லம்மாள் கதவைத் திறந்தாள். அவர்கள் உள்ளே வந்ததும், “ரெண்டு தடவை ஃபோன் அடிச்சுது. நான் எடுக்கலை” என்றாள் சந்தியாபாயிடம் ஹிந்தியில்.

தன் கைப்பையிலிருந்த கைபேசியின் ஒலியை மௌனமாக்கியது ஞாபகம் வந்தது சந்தியாபாயிக்கு. எடுத்து, கணவரின் எண்களை அழுத்திவிட்டுப் பேசினாள். எல்லாம் சரியாகப் போய்க்கொண்டிருப்பதாகச் சொன்னார்.

இஞ்சியும் துளசியும் போட்ட தேநீர் தயாரித்து அவர்களுக்குத் தந்து, ஒரு கோப்பையுடன் தானும் அமர்ந்துகொண்டாள் செல்லம்மாள். பேச்சு அவரவர் வாழ்க்கை பற்றிப் போயிற்று.

மாலையில் வக்கீலுடன் ஜான் பின்டோ வந்தார். சந்தியாபாய் வீட்டுப் பத்திரங்களைக் காட்டித் தற்போதைக்கு அடமானம் வைப்பதாகவும், குடும்பத்தார் விருப்பப்படி மற்றவை நடக்கும் என்றும் கூறியதை ஏற்றுக்கொண்டார். வீடு அவருக்குப் பிடித்திருந்தது. விலையும் ஒத்து வந்தது. வாங்கவே விரும்பினார். 60 சதவிகிதம் வெள்ளைப் பணம் 40 சதவிகிதம் கறுப்புப் பணம் என்ற வழக்கமான மும்பாய் பாணி கொடுக்கல்-வாங்கலாக இல்லாமல், 100 சதவிகிதம் வெள்ளைப் பணமாக, காசோலை தருவதில் அவருக்கு உடன்பாடுதான். ஆனால் சந்தியாபாயின் மன உணர்வுகளை மதித்தார் என்பதால் அடமானத்துக்கு ஒத்துக்கொண்டார். சந்தியாபாயின் குடும்பம் தீர்மானிக்க எடுக்கும் ஒரு மாத கால வேளைக்கு வட்டி வசூலிக்கப் போவதில்லை என்ற சலுகையையும் தந்தார். அவர் தம்பியின் அபிமான இன்ஸ்பெக்டர் ஷெல்கேயின் வேண்டுகோளை ஏற்று இதைச் செய்வதாகக் கூறினார்.

சந்தியாபாய் வக்கீல் தயார் செய்த பத்திரங்களில் கையெழுத்துப் போட்டுவிட்டு, ஜான் பின்டோவிடம் இன்னொரு வேண்டுகோள் வைத்தார். அடமானத் தொகையாக சந்தியாபாய் அந்த வீட்டின் விலையின் ஐந்து பங்கில் இரண்டு பங்கு கேட்டிருந்தார். அதில் ஒரு பங்கை அவருக்குக் காசோலையாகவும், இன்னொரு பங்கை வங்கியின் கூட்டுக் கணக்குக்கு நேரடி பணமாற்றமாகவும் செய்ய முடியுமா? அது அவர் கணவருக்கு. மீதம் மூன்று பங்குகளைத் தன் மகன்களுக்குத் தர விரும்புவதை ஒரு சட்ட பூர்வமான வேண்டுகோளாக, ஓர் உயில்போல் அவருடைய வக்கீல் தயார் செய்ய முடியுமா?

ஜான் பின்டோ சிரித்தார். அவருக்குத் தன் கணவர் பற்றிய கவலை இருப்பது தெரிகிறது என்றார். வக்கீல் செய்ய வேண்டியதைச் செய்தபின் ஜான் பின்டோ எழுந்து நின்றுகொண்டு, குனிந்து வணங்கி, காசோலையைத் தந்தார். வங்கிக் கணக்குக்குப் பண மாற்றம் உடனடியாகச் செய்துவிடுவதாகச் சொன்னார்.

செல்லம்மாள் உள்ளே போய் எல்லாருக்கும் பாயசம் எடுத்து வந்தாள். எப்போது உள்ளே போய்த் தயாரித்தாள் என்றே தெரியவில்லை. ஏலக்காய், ஜாதிக்காய் மணத்துடன் பாயசம் இனித்தது.

○

தன் சாமான்களை இரு பெட்டிகளில் கட்டிமுடித்தார் சந்தியாபாய். கர்ஜத் போக வாடகை வேன் ஒன்று ஏற்பாடு செய்திருந்தனர். சுதா, செல்லம்மாள், சுதாவின் மகள் அருணா, ஸ்டெல்லா எல்லாருமாகப் போவதாக ஏற்பாடு.

கிளம்புவதற்கு முன் இரவு தன் கணவருக்கு மராட்டியில் எழுதிய கடிதத்தை சுதாவிடம் காட்டினார். சுதா தயங்கியபோது, “இது வெறும் கடிதம் இல்லை சுதா. இது ஒரு வாழ்க்கைக் குறிப்பு. இதை உங்க எல்லார் கிட்டேயும் பகிர்ந்துக்க ஆசைப் படறேன். படியேன்.”

“மராட்டி நல்லா பேசுவேன். வேகமாப் படிக்கத் தெரியாது, மௌஸி.”

“சரி, நான் படிச்சுக் காட்டறேன்” என்றார்.

எல்லாரும் சுற்றி அமர்ந்தனர். அவர் படிக்க ஆரம்பித்ததும், “மௌஸி, நீங்கள் உங்க கணவரை நீன்னுதான் சொல்வீங்களா?” என்று கேட்டாள் அருணா. “ஆமாம், தனியாக இருக்கும்போதும், கடிதம் எழுதும்போதும் அப்படித்தான் கூப்பிடுவேன். அது அவருக்குப் பிடிக்கும். எனக்கும்” என்றார்.

மீண்டும் ஆரம்பத்திலிருந்து கணவனை ஒருமையில் விளிக்கும் அந்தக் கடிதத்தைப் படிக்க ஆரம்பித்தார்.

என் பிரிய மித்ரனான பிரகாஷ்,

ஒரு மழைக் காலத்தில் கர்ஜத்தில் நாம் வண்டி ஏறினோம் மும்பாய் வர. வழியில் எல்லாம் வெள்ளைப் பாலாய் நீர்வீழ்ச்சிகள். பச்சைக் கடலாய் வயல்களும் மரங்களும். உன் ஆயியும் பாபாவும் நம் எதிரே இருப்பதைப் பொருட்படுத்தாமல், என் தோள் மேல் கைபோட்டு, "எப்போதும் உன் பக்கத்துல நான் இருப்பேன்" என்றாய். முப்பத்தெட்டு ஆண்டுகளாக அந்தச் சொல்லைக் காப்பாற்றி வருகிறாய். உன் மேல் அன்பு பெருகியவாறே இருக்கிறது. நீ ஓர் அபூர்வ மனிதன். நான் ஒரு சாதாரண மனுஷி. உன் தோள் மட்டும் தலை சாய்க்க இருந்தால் வேறு எதுவும் தேவை இல்லை என்று நினைத்தவள். ஆனால் உள்ளுக்குள்ளே ஊறியபடி ஓர் ஆசை இருந்தது. மண் ஆசை. நீ ஓய்வு பெற்றதுமே சொல்ல நினைத்தேன். சாந்து என்னிடம் கேட்டவுடன் அந்த ஆசை வானத்தைத் தொடும் விருட்சமாக வளர்ந்தது.

நான் எனக்காக வாழக் கூடாதா? அப்படி நினைப்பது மனப்பிறழ்வா? வேண்டியது சமைத்துவிட்டேன். வேண்டிய அளவு குடும்பத்துக்கு எல்லாம் செய்துவிட்டேன். குழந்தை வளர்ப்பு, கொண்டாட்டங்கள், அதற்கான பட்சணங்கள், வீட்டுக் கணக்கு வழக்குகள், பிரசவங்கள், அதன் பிறகு செய்யும் பேணுகை எல்லாவற்றையும் முழு மனத்துடன், எந்தக் குறையும் இல்லாமல் செய்தேன். நீயும் ஒரு குறையும் கூறியவன் இல்லை. எனக்கென்று ஒன்றும் வைத்துக்கொள்ளவில்லை. தேவையும் இருக்கவில்லை. ஆனால் இப்போது வேறு பாதையில் போக ஆசைப்படுகிறேன். பயணப்படாத பாதை. அதில் ஓர் அறுபது வயதுப் பெண்மணியின் பயணம் ஆரம்பமாகப் போகிறது. பாதை கொஞ்சம் கரடுமுரடுதான். விழவும் செய்யலாம். ஆனால் எழுந்திருப்பேன். எழுந்து மீண்டும் நடப்பேன்.

என் கண்முன் ஒரு மூலிகைத் தோட்டம் விரிகிறது. ஜாஸ்வந்தியும் ஸதாஃபுலியும் ரோஜாவும் மல்லிகையும் பூக்கின்றன. சாந்து என்னை ஒட்டி நிற்கிறாள்.

நான் இந்த வீட்டை அடமானம் வைத்து நம் இருவருக்குரிய பங்கை வாங்கிக்கொண்டுவிட்டேன். நம் வங்கிக் கணக்கில் உனக்கான பங்கு இருக்கிறது. எல்லாப் பத்திரங்களும் இந்தக் கடிதத்துடன். நம் பிள்ளைகளும் மருமகள்களும் தங்கம் போன்றவர்கள். நம்மை மதிப்பவர்கள். நம் மேல் அன்பு செலுத்துபவர்கள். அவர்களிடம் சொல், ஆயி முழு

நினைவுடன், அவர்கள் மேல் எந்தக் கோபமும் இல்லாமல், குறைகளும் இல்லாமல் இதைச் செய்தாள் என்று. ஒருத்தி ஒரு தனிப் பாதையைத் தேர்ந்தெடுக்க கோபமும் சோகமும் இருக்க வேண்டுமா என்ன? திருப்தியும் மகிழ்ச்சியும் சாந்தியும் இருந்தாலும் கூட, கனவுகளும் அவற்றை நிறைவேற்ற ஆசையும் வரலாம் இல்லையா?

என் வாழ்க்கைக்கான சாமான்கள் இரு பெட்டிகளில் அடங்கிவிட்டன. அதிகப்படியாக எதுவும் இல்லை. ஆனால் ஒரு ரோஜா வண்ண நகைப்பெட்டியில் நீ முதல்முதலாக எனக்குப் பரிசளித்த லக்ஷ்மிஹாரம் இருக்கிறது. முதல் ஆண்டு மண நாளில் நீ வாங்கித் தந்தது. இரவுகளில் பல முறை வெறும் லக்ஷ்மிஹாரத்துடன் உன் அருகில் கிடந்திருக்கிறேன். எப்படிப்பட்ட இரவுகள் அவை! அதனால்தான் அதை என்னுடன் எடுத்துச் செல்கிறேன். உனக்கான என் அன்பு என்றும் குறையாது. வற்றாது.

அந்தக் கபீர் பாட்டு நினைவிருக்கிறதா? குமார் கந்தர்வா பாடியது? 'உட் ஜாயேகா ஹன்ஸ் அகேலா'. . .

அன்னம் பறந்துவிடும் தனியாக
கண்காட்சியாய் விரியும் சந்தை இவ்வுலகம்
இலை மரத்திலிருந்து விழும்போது
யாருக்குத் தெரியும்
காற்றில் அலைபட்டு அது
எங்கு விழுமென்று?
அன்னம் பறந்துவிடும் தனியாக

இந்த அன்னம் பறக்க ஆரம்பித்தாகிவிட்டது. உடன் இருப்பது எல்லையில்லா விசும்பு மட்டுமே.

உன்

சந்தியா

படித்து முடித்ததும் மௌனம் நிலவியது.

ஸ்டெல்லாவும் அருணாவும் மெல்ல எழுந்து போய் சந்தியாபாயை இரு புறத்திலிருந்தும் அணைத்துக்கொண்டனர். இருவர் இமைகளும் நனைந்திருந்தன. சந்தியாபாய் ஒரு ராஜபறவை போல் நடுவே அமர்ந்திருந்தார்.

○

சொல்வனம், ஜூலை 2014